சுகப் பிரசவம்

சுகப் பிரசவம்

டாக்டர் மகேஸ்வரி ரவி

நலம்

சுகப் பிரசவம்
Suga Prasavam
Dr. Maheshwari Ravi ©
Tamil Text: Lakshmi Mohan

First Edition: February 2007
120 Pages

ISBN: 978-81-8368-296-1
Title No. Nalam 015

Nalam Veliyeedu
177/103, First Floor,
Ambal's Building, Lloyds Road,
Royapettah, Chennai 600 014.
Ph: +91-44-4200-9603

Email : support@nhm.in
Website : www.nhm.in

Nalam Veliyeedu is an imprint of New Horizon Media Private Limited

உள்ளே

முன்னுரை

ஒரு பெண், தன்னுடைய வாழ்க்கையில் நடைபெறும் இரண்டு விஷயங்களை எப்போதும் மறக்க முடியாது. ஒன்று, திருமணம். இன்னொன்று, தாய்மை.

திருமணம் ஆகி இன்னொரு வீட்டில், அது வரை பழகாத மனிதர்களுடன் வாழ வேண்டிய கட்டாயத்தில் இருக்கும்போது, ஒரு பெண்ணின் மனத்தில் ஏற்படும் உணர்ச்சிப் போராட்டங்களுக்கு அளவு கிடையாது. சரி, எல்லாவற்றையும் சமாளித்து வாழ்க்கையைப் புரிந்துகொண்டு செயல்படத் தொடங்கிய நேரத்தில், திடீரென கர்ப்பம் அடையும்போது மனத்தளவில் மீண்டும் ஒருவித உணர்ச்சிப் போராட்டத்தை எதிர் கொள்ள வேண்டி இருக்கும்.

கர்ப்பத்தால் உடல் மற்றும் மனரீதியாக ஏற்படும் மாற்றங்கள், அசௌகரியங்கள், பிரசவத்தின்போது ஏற்படும் வலி, குழந்தைப் பராமரிப்பு என படித்தோ, கேள்விப்பட்டோ அல்லது உறவினர்கள், நண்பர்கள் என பலர் தங்களுக்கு நேர்ந்த

அனுபவங்களையோ சொல்லக்கேட்டிருக்கலாம். அவை எல்லாம் அந்தப் பெண்ணின் மனத்தில் கர்ப்பம் பற்றி கலக்கத்தையோ அல்லது ஒரு தெளிவையோ ஏற்படுத்தி இருக்கலாம்.

மகப்பேறு மருத்துவராக என்னுடைய இருபத்தைந்து ஆண்டுகால அனுபவத்தில், கர்ப்பம் என்றாலே என்ன வென்று தெரியாத நிலையில் உள்ள பெண்களையும், நன்கு படித்து வேலையில் இருக்கும்போது திட்டமிட்டு தகுந்த கால இடைவெளியில் ஒன்று அல்லது இரண்டு குழந்தை களைப் பெற்றுக்கொள்ளும் பெண்களையும் பார்த்திருக் கிறேன். தவிர, இந்த இரண்டு தரப்புப் பெண்களுக்கு இடைப்பட்ட, உடல் நலனில் அக்கறை காட்டாமல், குடும்பத்தினருக்காகவும் உறவினர்களுக்காகவும் குழந்தை பெற்றுக்கொள்ளும் பெண்களையும் பார்த்திருக்கிறேன்.

நம் தமிழ்நாட்டை எடுத்துக்கொண்டால், பத்து, இருபது ஆண்டுகளுக்கு முன்பு வரை கூட்டுக்குடும்பம் என்ற ஒரு பெரிய பலம் நம் சமூகத்தில் இருந்தது. இன்றோ, தனிக் குடித்தனம் என்ற 'வலுவில்லாத' வாழ்க்கை நிலையை மக்கள் தேர்ந்தெடுத்துவிட்டனர்.

கூட்டுக்குடும்பம் என்றால், குடும்பத்தில் யாருக்காவது ஏதாவது நேர்ந்துவிட்டால், அது நல்லதோ கெட்டதோ எதுவாக இருந்தாலும், அவற்றைத் தாங்கிக்கொள்வதற்கான தைரியத்தையும், மன வலிமையையும் கொடுப்பதுடன், கிடைக்கும் சந்தோஷத்தையும் பகிர்ந்துகொள்ளக் கூடிய ஓர் இடமாக இருந்தது.

மேலும், கர்ப்பம் உறுதிப்படுத்தப்பட்ட பிறகு தாய் வீட் டுக்குச் செல்லும் பெண், பிரசவம் முடிந்த பிறகுதான் கண வன் வீட்டுக்குத் திரும்புவாள். அதுவரை, கணவன் வீட்டில் கிடைக்காத 'சில' சந்தோஷங்கள் அவளுக்கு மிக அதிக மாகவே தாய் வீட்டில் கிடைக்கும். கர்ப்பிணிக்கு மிக முக்கிய மானத் தேவை ஊட்டச்சத்தான உணவும் முழுமையான ஓய்வும்தான். இவை, கணவன் வீட்டில் கிடைப்பதில் சில கட்டுப்பாடுகள் இருக்கலாம். ஆனால், தாய் வீட்டிலோ எந்தக் கட்டுப்பாடும் இருக்காது.

வேளா வேளைக்கு வாய்க்கு ருசியான சாப்பாடு முதல், நினைத்த நேரத்தில் படுத்துத் தூங்கி முழுமையான ஓய்வு வரை 'எல்லாம்' கிடைத்து, அந்தப் பெண்ணின் உடலும் லேசாகி, மனம் முழுவதும் சந்தோஷம் நிறைந்திருக்கும். ஆனால், இன்றைய தனிக்குடித்தனம் என்பது, எதையும் 'தான்', 'தனக்கு' என்ற நிலைமைக்கு 'தனிமைப்படுத்தி விட்டது'.

இந்த நிலையில், தாய்மையின் கனவுகளோடு ஒரு பெண் கர்ப்பம் அடையும்பட்சத்தில் அவளுக்குத் துணையாக இருப் பது யார் என்ற கேள்வி எழுகிறது. அதுவும், பலவிதமான கேள்விகள், சந்தேகங்கள் என மனத்தை வாட்டி எடுத்துவிடக் கூடிய நிலையில் அந்தப் பெண்ணுக்கு ஆதரவு தருவது, புத்தகங்களாகத்தான் இருக்கும்.

இன்றைய காலகட்டத்தில் படித்த பெண்களுக்கேகூட, கர்ப்பம் பற்றியும், குழந்தையைப் பிரசவித்து அதைப் பரா மரிப்பது என்பது பற்றியும் தெளிவாக எடுத்துச்சொல்லக் கூடிய புத்தகங்கள் மிகவும் குறைவாகவே இருக்கின்றன. படித்த நகர்ப்புற பெண்களுக்கே இப்படி என்றால், கிராமப் புறப் பெண்களுடைய நிலை எப்படி இருக்கும் என்பதை நினைத்துப் பாருங்கள்.

ஆங்கிலத்தில் நிறைய புத்தகங்கள் இருக்கின்றன என்றாலும், எளிதில் புரிந்துகொள்ளக் கூடிய வகையில் தாய் மொழியில் அதுவும் தமிழ்நாட்டுப் பெண்களுக்குத் தமிழில் புத்தகங்கள் போதுமானதாக இல்லை என்றே சொல்ல முடியும். அந்த வகையில், நிறைய பெண்களுக்கு சிகிச்சை அளித்த அனுபவங்களை வைத்து ஒரு புத்தகம் எழுத வேண்டும் என்ற என்னுடைய நீண்ட நாள் ஆசையின் விளைவுதான் இந்தப் புத்தகம்.

கூட்டுக்குடும்பமோ, தனிக்குடித்தனமோ எதுவாக இருந் தாலும், கர்ப்பம் அடைந்த ஒரு பெண், இந்தப் புத்தகத்தை வாங்கிப் படித்தால், தாயின் அருகில் இருப்பதுபோல் உணர வேண்டும் என்று விரும்பினேன். மேலும் படிப்புக்காகவோ, திருமணம் ஆன பிறகோ, வேலைக்காகவோ குடும்பத்தினரை விட்டுப் பிரிந்து வெளிநாட்டுக்குச் செல்லும் பெண்கள், கர்ப்பம் அடைந்தால் அங்கு அவர்களுக்குத் தாயின் ஆதரவும்

அன்பும் அரவணைப்பும் கிடைப்பது மிகவும் அரிது. அப்படிப்பட்டவர்களுக்குத் தாயே அருகில் இருப்பது போன்ற ஒரு தைரியத்தைக் கொடுக்கும் வகையில், இந்தப் புத்தகத்தை மிகவும் எளிமையாக, புரியும் வகையில், ஆங்கிலக் கலப்பு அதிகம் இல்லாமல் எழுதியிருக்கிறேன்.

அதேநேரத்தில், கருத்தரிக்க முடிவு செய்வது முதல், கர்ப்பம் அடைந்து, கர்ப்ப காலத்தில் மேற்கொள்ள வேண்டிய பாது காப்பு நடவடிக்கைகள், டாக்டரிடம் எப்போதெல்லாம் சென்று பரிசோதனை செய்துகொள்ள வேண்டும், பிரசவம் எப்போது ஏற்படும், பிரசவத்துக்குப் பிறகு குழந்தையை எப்படிப் பராமரிக்க வேண்டும் என்று ஒரு பெண்ணுக்கு ஏற்படக் கூடிய அனைத்துவிதமான சந்தேகங்களுக்கும் இந்தப் புத்தகம் விடை அளிக்கும் என்று நம்புகிறேன்.

அன்புடன்,

டாக்டர் மகேஸ்வரி ரவி
நியூ லைஃப் ரிசர்ச் செண்டர்,
எண். 27, சிஐடி காலனி, 2-வது மெயின் ரோடு,
மயிலாப்பூர், சென்னை - 600 004.
தொலைபேசி : 044-65674547, 65295739

தாய்மைக்குத் தயாராகுங்கள்

பாவனாவுக்கு அன்று அலுவலகத்தில் நிறைய வேலை. நிறைய அலுப்புடன் வீட்டுக்கு வந்தபோது மணி ஒன்பது ஆகி இருந்தது. உடல் அலுப்புடன் அவளுக்கு மனத்தில் ஒருவித அழுத்தமும் இருந்ததால், முகம் சோகமாகக் காட்சி அளித்தது.

அவளுடைய கணவன் ரமேஷ் ஏற்கெனவே வந்துவிட்டிருந்தார்.

'என்ன பாவனா? இன்னிக்கி லேட்டு. ரொம்ப வேலையா?' என்று ரமேஷ் கேட்க, 'ஆமாம்' என்று ஒற்றை வார்த்தை யில் பதில் சொல்லிவிட்டு உள் அறைக்குள் சென்றுவிட்டாள் பாவனா.

கை, கால் கழுவிவிட்டு, உடை மாற்றிக் கொண்டு சோபாவில் வந்து உட்கார்ந்த, அவளைப் பார்த்து, 'என்ன ஆச்சு உனக்கு? முகம் சோகமா இருக்கே?' என்று ரமேஷ்

கேட்க, 'அதெல்லாம் ஒன்னும் இல்லீங்க?' ஒன்று அவள் சொன்னது ஒப்புக்குத்தான் என்று புரிந்துபோனது.

'எதுவா இருந்தாலும் சொல்லு பாவனா?' என்று ரமேஷ் வற்புறுத்திக் கேட்க, 'சரி வாங்க. சாப்பிட்டுக்கிட்டே பேசலாம்' என்று சொல்லிவிட்டு சாப்பாட்டு அறைக்குச் சென்றாள்.

சமையல்கார அம்மாள் செய்து வைத்துவிட்டுப் போயிருந்த சாப்பாட்டை இருவரும் தட்டுகளில் போட்டு சாப்பிடத் தொடங்கினர்.

'இப்ப சொல்லு பாவனா? என்ன விஷயம்' என்று ரமேஷ் கேட்டான்.

'நாம உடனே, ஒரு லேடி டாக்டர் கிட்ட (கைனகாலஜிஸ்ட்) போய் கன்சல்ட் பண்ணனும். நமக்குக் கல்யாணம் ஆகி நாலு வருஷம் ஆவது. இனிமே, குழந்தை பிறப்பைத் தள்ளிப் போடறதுக்கு எனக்கு இஷ்டமில்லே' என்று பாவனா சொன்னாள்.

'என்ன விளையாடறியா? அஞ்சு, ஆறு வருஷம் கழிச்சி குழந்தை பெத்துக்கலாம்னு நாம ரெண்டு பேரும் பேசி முடிவு பண்ணினதுதானே? இப்ப என்ன ஆச்சி. உனக்கு ஏதாவது பிரச்னையா? அதுவும் இல்லாம, 45 லட்சம் போட்டு ஃபிளாட் வாங்கியிருக்கோம். ரெண்டு பேரும் வேலைக்குப் போய் சம்பாதிச்சாதான் கடனை அடைக்க முடியும். அது உனக்கே தெரியும். இப்ப திடீர்னு குழந்தை அது இதுன்னு பேசறியே? இன்னும் மூணு வருஷம் பொறுத்துக்கோ. அதுக் குள்ள கடன் ஓரளவுக்கு அடைஞ்சிடும். அதுக்கு அப்புறம் குழந்தை பெத்துக்கலாம்' என்று ரமேஷ் சொன்னான்.

'இல்லை ரமேஷ். இப்பவே எனக்கு வயசு 30. உங்களுக்கு 35. எனக்கு ரொம்ப பயமா இருக்கு' என்று பாவனா விசும்ப, '30 வயசுக்கு மேல குழந்தை பிறக்காதுன்னு பயப்படறியா? என் அக்கா, 40 வயசுலதான் குழந்தை பெத்துக்கிட்டா. தெரியுமா?' என்று ரமேஷ் சமாதானம் சொன்னான்.

'ஐயோ. குழந்தை பிறக்காதுன்னு நான் சொல்லலே. பிறக்கற குழந்தை நல்லபடியா பிறக்கணும்னுதான் நான் ஆசைப்

படறேன்' என்று பாவனா சொல்ல, ரமேஷ் அவளைப் புரியாமல் பார்த்தான்.

'என்ன சொல்ற பாவனா?' என்று ரமேஷ் கேட்டான்.

'உங்களுக்கு ஞாபகம் இருக்கா? ஆறு மாசம் முன்னாடி, என்கூட வேலை பார்க்கற ஜெயா மேடம், குழந்தை பிறந்ததுக்காக ட்ரீட்கூட கொடுத்தாங்களே? அவங்க லீவு முடிஞ்சி நேத்துதான் வேலைல ஜாயின் பண்ணாங்க.

இன்னிக்கி மத்தியானம் நாங்க ரெண்டு பேரும் சாப்பிட்டுக் கிட்டு இருந்தப்போ, என்கிட்ட அவங்க பேசினாங்க. ஏன் இன்னும் குழந்தை பெத்துக்கலேன்னு கேட்டாங்க. கொஞ்ச நாள் தள்ளிப் போட்டிருக்கோம்னு சொன்னேன். நானும் உன்னை மாதிரித்தான், லேஃப்லை செட்டில் ஆகணும்னு மாத்திரை சாப்பிட்டு குழந்தை பிறப்பைத் தள்ளிப்போட் டேன். ஆனா, இப்போ வாழ்க்கையில நிம்மதி இல்லாம இருக்கேன்னு சொல்லி அழுதாங்க. ஏன் என்ன ஆச்சின்னு கேட்டப்போ, தன்னோட குழந்தைக்கு மூளை வளர்ச்சி கம்மியா இருக்குன்னு அவங்க சொன்னாங்க. அதைக் கேட்டு எனக்கு அதிர்ச்சியா இருந்துச்சி. அதோட, 38 வயசுல குழந்தை பெத்துக்கிட்டதுதான் இதுக்குக் காரணம்னு டாக்டர் சொன்னதா அவங்க சொன்னத கேட்டு நான் ரொம்பவும் அதிர்ச்சி ஆயிட்டேன். நீ, உன்னோட புருஷனோட இன் னிக்கே டாக்டர்கிட்ட போய் ஆலோசனை கேளுன்னு அவங்க சொன்னதுல இருந்து எனக்கு வேலையே ஓடல.

சாயந்தரம் வீட்டுக்கு சீக்கிரம் வந்துட்டு, உங்கள அழைச்சிக் கிட்டு டாக்டர்கிட்ட போகலாம்னு நினைச்சேன். ஆனா, ஆபீஸ்ல வேலை அதிகமாயிடுச்சி. ஜெயா மேடம் சொன்ன துல இருந்து எனக்கு என்னமோ பயமா இருக்குங்க? அதனால தான், உடனே டாக்டர்கிட்ட போகணும்னு நான் சொல் றேன்' என்று பாவனா விளக்கியவுடன், அவள் சொல்வதில் அர்த்தம் இருப்பதை உணர்ந்து, 'சரி, பாவனா. நாளைக்கு முதல் வேலையா நாம ஒரு லேடி டாக்டரை போய்ப் பார்க்க லாம்' என்று சொன்னதும்தான், பாவனாவின் முகத்தில் சந்தோஷம் எட்டிப்பார்த்தது.

குழந்தை பெற்றுக்கொள்வது என்பது பாவனா - ரமேஷ் தம்பதிக்கு மட்டுமல்ல ஒவ்வொரு தம்பதிக்கும் இருக்கும்

நியாயமான, தேவையான ஓர் ஆசைதான். அதேநேரத்தில், அந்த ஆசை சரியான நேரத்தில் பூர்த்தியாக வேண்டும் என்பது தான் இதில் மிக முக்கியான ஒன்று.

கர்ப்பம் என்ற சந்தோஷ நிகழ்வை ஒவ்வொரு தம்பதியும் உடல் ரீதியாகவும், மன ரீதியாகவும் எதிர்கொள்ளத் தயாராக வேண்டும். ஏனெனில், கர்ப்பம் என்பது ஒவ்வொரு தம்பதிக் கும் தனித்துவமான ஓர் அனுபவம். ஒரு தம்பதிக்கு ஏற்பட்ட கர்ப்பமும், அதன் நிலைகளும், அதனால் உருவாகக் கூடிய மகிழ்ச்சியும், இன்னொரு தம்பதிக்கும் இருக்கும் என்று சொல்ல முடியாது.

இன்றைய காலகட்டத்தில், கருத்தரிப்பது எப்படி, கருத்தரித்த காலத்தில் மேற்கொள்ள வேண்டிய முன்னெச்சரிக்கை நட வடிக்கைகள், கருத்தரித்த காலத்தில் கருவையும், தாயையும் தாக்கக் கூடிய நோய்கள், பிரசவம் எப்படி ஏற்படுகிறது என்பவை குறித்த விழிப்புணர்வு, ஒவ்வொரு தம்பதிக்கும் குறிப்பாக கருவைச் சுமந்துகொண்டிருக்கும் பெண்ணுக்கு இருக்க வேண்டும். அதே நேரத்தில், அந்தப் பெண்ணின் கணவரும், கருவில் இருக்கும் குழந்தை மீதும் விரைவில் தாயாகப் போகும் மனைவியின் மீதும் போதுமான அக்கறை யையும், தனிக் கவனிப்பையும் காட்ட வேண்டும். அப்போது தான், பாதுகாப்பான முறையில் ஆரோக்கியமான, அழகான குழந்தையைப் பெற்றெடுக்க முடியும்.

இதுதானே, ஒவ்வொரு தம்பதியின் எதிர்ப்பார்ப்பு. உண்மை தான், அதற்கு என்ன செய்ய வேண்டும் என்றால், குழந்தை பெற்றுக்கொள்ள முடிவு செய்ததன் அடுத்த நடவடிக்கை யாக, கணவனும் மனைவியும் ஒரு மகப்பேறு மருத்துவரை அணுக வேண்டும்.

வீட்டில் இருக்கும் பெரியவர்கள், 'நாங்கள் எல்லாம் இப்படியா செய்தோம். இப்போ என்ன புதுசா. கடைசியில பிரசவத்துக்குத்தான் டாக்டர்கிட்டயோ, ஆஸ்பத்திரிக்கோ போவோம். மத்தபடி அடிக்கடி செக்கப் செக்கப்புனு டாக்டர் கிட்ட போனது கிடையாது' என்று சொல்வார்கள். அதை யெல்லாம் கேட்கவே கேட்காதீர்கள். ஏனெனில், அவர்கள் வாழ்ந்த காலம், சூழல் வேறு. இன்றைய காலமும் சூழலும் வேறு.

ஆக, இப்படிப்பட்ட சூழ்நிலையில், டாக்டரிடம் செல்லும் தம்பதிகள், சில அடிப்படை விஷயங்களைத் தெரிந்து கொள்ள வேண்டும். அவை என்ன?

1. தம்பதியர் இருவருக்கும், முக்கியமாக பெண்ணுக்கு ஏதேனும் வியாதி இருந்தால் அதை டாக்டரிடம் மறைக்காமல் சொல்ல வேண்டும்.

2. முன்பு எப்போதாவது குறைப்பிரசவம் ஆகியிருந் தாலோ, கருக்கலைப்பு செய்துகொண்டிருந்தாலோ, மாதவிலக்குக் கோளாறு இருந்தாலோ டாக்டரிடம் சொல்ல வேண்டும். மேலும் ஆஸ்துமா, நீரிழிவு, ரத்த அழுத்தம் (பி.பி.) போன்ற பிரச்னைகளுக்கு மருந்து, மாத்திரை சாப்பிட்டுக் கொண்டிருந்தாலும், இதயத் தில் ஏதாவது கோளாறு இருந்தாலும் அவற்றைப் பற்றி டாக்டரிடம் கண்டிப்பாகச் சொல்லிவிட வேண்டும். மேலும், பல் மருத்துவரிடம் சிகிச்சை பெற வேண்டி இருந்தால், குழந்தை பெற்றுக் கொள்ள திட்டமிடுவதற்கு முன்பு அவரையும் பார்த்துவிடுவது நல்லது.

3. தட்டம்மை (ரூபெல்லா), மணல்வாரி (ஜெர்மன் மீஸில்ஸ்), சின்னம்மை போன்ற வியாதிகளில் இருந்து தங்களைப் பாதுகாத்துக்கொள்ள வேண்டும். ஏனென் றால், இந்த வியாதிகள், கருவைத் தாக்கி, சில பிறவிக் கோளாறுகளைத் தோற்றுவிக்கும் தன்மை வாய்ந் தவை. இன்றைய காலகட்டத்தில் அம்மை, ஹெபடை டிஸ்-பி, டெட்டனஸ், தட்டம்மை போன்றவற்றுக்குத் தடுப்பூசி போட்டுக்கொள்ளும்படி மருத்துவர்கள் பரிந்துரை செய்கின்றனர். அப்படி தடுப்பூசி போட்டுக் கொள்ள நேர்ந்தால், ஊசி போட்டுக்கொண்ட மூன்று மாதங்களுக்குப் பிறகுதான் கருத்தரிக்க வேண்டும்.

4. கருத்தரிப்பதற்கு முன், ஜீன்கள் மற்றும் குரோமோ சோம்கள் பற்றி டாக்டரிடம் கேட்டு ஆலோசனை பெறுவது நல்லது. கணவன், மனைவி இருவருடைய குடும்பங்களில் மன வளர்ச்சி முழுமை அடையாத குழந்தைகள் பிறந்திருந்தாலோ; நீர்த்தலை, டான் அறிகுறிகளுடன் குழந்தைகள் பிறந்திருந்தாலோ, கண்டிப்பாக டாக்டர்களின் ஆலோசனைக்குப் பிறகே

கருத்தரிப்பதும், குழந்தை பெற்றுக்கொள்வதும் இருக்க வேண்டும். அதுதான் நல்லது.

5. குழந்தை பெற்றுக்கொள்வது என்று முடிவு செய்த வுடன், அதுவரை பின்பற்றி வந்த கருத்தடை முறை களையும், கருத்தடைச் சாதனங்களையும் கைவிட்டு விட வேண்டும். இதுதான் முதல் வேலை. மேலும், புகைப்பிடிப்பது, மது அருந்துவது, போதைப் பழக் கம், ரசாயனப் பொருள்களுடன் வேலை செய்வது போன்றவற்றில் இருந்தும் விலகி இருக்க வேண்டும்.

ஆரோக்கியமான உணவுப் பழக்கம்

6. அடுத்து, நல்ல ஆரோக்கியமான உணவுப் பழக் கத்தைப் பின்பற்ற வேண்டும். ஆரோக்கியமான உணவுப் பழக்கம் என்பது கருத்தரிக்கப் போகும் அல்லது கருத்தரித்த பெண்ணுக்கு மிகவும் முக்கியம். ஆரோக்கியமான உணவுப் பழக்கத்தைக் கடைப் பிடித்தால், நல்ல ஆரோக்கியமான குழந்தையைப் பெற்றுக்கொள்ள முடியும். அதனால், கருத்தரிக்கத் திட்டமிடும் காலத்திலேயே உணவுப் பழக்கத்தைத் தொடங்கிவிடுவது நல்லது.

காய்கறிகளை அதிகம் வேகவைக்காமல் சாப்பிட வேண்டும். ஏனெனில், காய்கறிகளை அதிக நேரம் வேக வைக்கும்போது அவற்றில் இருக்கும் வைட்ட மின் சத்துகள் அழிந்துபோய்விடக் கூடும். அதே போல், பதப்படுத்தப்பட்ட உணவுப் பொருள்களைத் தவிர்க்க வேண்டும். பழங்கள் மற்றும் பழச்சாறுகளை அதிகம் சேர்த்துக்கொள்ள வேண்டும். அதிக கொழுப்பு உள்ள இனிப்பு, கார வகைகளையும், செயற்கை குளிர்பானங்களையும் தவிர்க்க வேண்டும். ஏனெனில், இவற்றில், உடலுக்குத் தேவையான சத்து கள் கிடையாது.

ஆரோக்கியமான உணவு என்பது உடலுக்குத் தேவை யான சத்துகளைக் கொடுக்கக் கூடியது. அவை, இயற்கை உணவுப் பொருள்களில் இருந்து மட்டுமே கிடைக்கும்.

கருத்தரிக்கத் திட்டமிடும்போதே, மருத்துவரின் ஆலோசனையின் பேரில் ஃபோலிக் அமிலம் (Folic Acid) உள்ள மாத்திரையைச் சாப்பிடத் தொடங்குவது நல்லது. இந்த ஃபோலிக் அமிலம், பிறக்கப்போகும் குழந்தையின் தண்டுவடப் பகுதியில் ஏற்படக் கூடிய குறைபாடுகளைத் தடுக்க உதவும்.

7. உடற்பயிற்சி செய்பவராக இருந்தால் அதைத் தொடர வேண்டும் அல்லது அதுவரை உடற்பயிற்சி செய்யாத வராக இருந்தால், செய்யத் தொடங்க வேண்டும். உடற்பயிற்சியால் உடல் தசைகளுக்கு வலு கிடைக் கிறது. இது, கர்ப்ப காலத்தில் உடல் எடை அதிகரிக்கும் போது அதைத் தாங்குவதற்கு சக்தி அளிக்கிறது. மேலும், பிரசவத்தின்போதும் உடல் ஒத்துழைப்பு கொடுக்கவும் உதவுகிறது. உடற்பயிற்சி என்றால் உடலை வருத்திக் கொண்டு கடுமையாகச் செய்ய வேண்டும் என்பது கிடையாது. வேகமாக நடப்பது போன்ற சாதாரண உடற்பயிற்சியே போதுமானது.

8. புகையிலை, மது (ஆல்கஹால்), போதை மருந்துகள் போன்றவை, கருவுக்கு ஆபத்தை ஏற்படுத்தக் கூடி யவை. மேலும், இதுபோன்ற பழக்கங்கள் தொடரும் பட்சத்தில், கருத்தரிப்பது என்பது மிகவும் கஷ்டமான ஒன்றாகிவிடும். புகைப்பிடிப்பதால், ஆணின் விந் தணுக்களின் எண்ணிக்கையும் அவற்றின் வீரியமும் பாதிக்கப்படும். மது வகைகளும் அப்படிப்பட்ட பாதிப்புகளை ஏற்படுத்தக் கூடியவை. போதைப் பொருள்களால், விந்தணுக்கள் பாதிக்கப்படுகின்றன. மேலும், பிறக்கும் குழந்தையின் உடலில் பிறவிக் கோளாறுகள் ஏற்படவும் வாய்ப்பு உண்டு. ஆகையால், கருத்தரிக்கத் திட்டமிடும்போதே இப் பழக்கங்களைக் கைவிட்டுவிடுவது மிகவும் நல்லது.

9. கருத்தரிக்கும் காலத்தில், சுற்றுப்புறச் சூழல் குறித்த விழிப்புணர்வும் அவசியம் இருக்க வேண்டும். கழி வறை மற்றும் தரைப் பகுதிகளைக் கழுவித் துடைக்கப் பயன்படும் திரவங்களில், உடலுக்குத் தீங்கு விளை விக்கும் ரசாயனப் பொருள்கள் உள்ளன. ஆகவே, அவற்றைப் பயன்படுத்தும்போது கையுறை போட்டுக்

கொள்வது மிகவும் அவசியம். மேலும், செல்லப் பிராணிகளுடன் பழகுபவர்களுக்கு குறிப்பாக பூனை களுடன் கொஞ்சி, முகத்தோடு முகம் வைத்து முத்த மிடும் பழக்கம் உள்ளவர்களுக்கு நோய்த்தொற்று ஏற்படும் என்றும் அதனால் கருவுக்குப் பாதிப்பு ஏற்படும் என்றும் கண்டறியப்பட்டுள்ளது.

10. அடுத்து, கர்ப்பம் ஏற்பட்டுவிட்டது என்பது உறுதி யாகிவிட்ட பிறகு, எக்ஸ்-ரே போன்ற கதிர்வீச்சு புகைப் படங்கள் எடுப்பதைத் தவிர்க்க வேண்டும். அதே போல், எக்ஸ்-ரே கூடங்களில் வேலை செய்யும் கர்ப்பிணிகள், தகுந்த முன்னெச்சரிக்கை நடவடிக்கை களை மேற்கொள்ள வேண்டும்.

வயது முக்கியம்

இருபது வயது ஆவதற்கு முன் குழந்தை பெற்றுக் கொண்டால், எடை குறைவான குழந்தை பிறக்க வாய்ப்பு உள்ளது. பிரசவமும் கஷ்டமாக இருக்கும். அதேபோல், 35 வயதுக்கு மேல் கருத்தரித்தால், பிறக்கும் குழந்தைக்கு பிறவிக் கோளாறுகள், ஜீன்கள் மற்றும் குரோமோசோம் குறைபாடுகள் ஏற்பட வாய்ப்பு உண்டு. தாய்க்கும் நீரிழிவு, ரத்த அழுத்தம் போன்ற பிரச்னைகளும் வரலாம்.

சில காலம் வரை, பிறந்த குழந்தையின் குறைபாடுகளுக்குக் தாயின் வயது மட்டும்தான் காரணமாக இருக்கும் என்று நினைத்துக் கொண்டிருந்தார்கள். ஆனால், சமீபத்திய ஆராய்ச்சிகளில், தந்தையின் வயதும் மிக முக்கியமான ஒரு காரணம் என்று கண்டறியப்பட்டுள்ளது.

ஓர் ஆண் நாற்பது அல்லது அதற்கு மேற்பட்ட வயதில் தந்தை ஆகும்போது, பிறக்கும் குழந்தைகளில் 25 சதவீதம் குழந்தை களுக்கு மூளை வளர்ச்சி மிகவும் குறைவாக இருக்கும். கருத்தரித்த பிறகு செய்துகொள்ளும் பரிசோதனைகளில், இக்குறைபாடு கண்டறியப்பட்டால், அந்தக் கருவை தொடக்க நிலையிலேயே அழித்துவிடலாம்.

அழகான ஆரம்பம்

சாதாரணமாக ஒரு குழந்தை, தாயின் வயிற்றில் இருந்து வெளியே வந்த பிறகே அதன் வாழ்க்கைப் பயணம் தொடங்குகிறது என்று சொல்வார்கள். ஆனால், ஒரு மகப் பேறு மருத்துவர் என்ற முறையில், தாயின் வயிற்றில் கருவாக வளரத் தொடங்கிய போதே, குழந்தையின் வாழ்க்கை ஆரம்ப மாகிவிட்டதாகக் கருதுகிறேன்.

ஆண் மற்றும் பெண்ணின் உடலில் சரியான கால கட்டத்தில் நடக்கக் கூடிய மாறுதல் களினால் ஒரு கரு உருவாகிறது. இனப் பெருக்க வயதில் உள்ள ஒரு பெண்ணின் உடலில், சில சுரப்பிகள் (Glands) சரியான நேரத்தில் சரியான விகிதத்தில் குறிப்பிட்ட சில ஹார்மோன்களை (Hormones) சுரக்கும் போது, கருவகத்தில் (Ovary) இருந்து கரு முட்டை (Egg or Ovum) வெளியாகிறது. இந்த செயல்பாடு, பெண்ணின் மாத விலக்குச் சுற்றின் (28 நாள்களுக்கு

2

ஒருமுறை மாதவிலக்கு என்ற சுழற்சி ஒழுங்காக இருக்கும் பட்சத்தில்) பதினான்காவது நாள் அன்று நடைபெறுகிறது. இந்த கருமுட்டை 24 மணி நேரம் மட்டுமே உயிருடன் இருக்கும். இந்த கருமுட்டை, ஆணின் விந்தணுவுடன் இணைந்து ஒரு கருவை உருவாக்கும் சக்தி வாய்ந்தது. ஆகவே, கருவகத்தில் இருந்து கருமுட்டை வெளியான 24 மணி நேரத்துக்குள், ஆணுடன் உடலுறவு நடைபெற்று, ஆணின் இனப்பெருக்க உறுப்பில் இருந்து வெளியான கோடிக்கணக்கான விந்தணுக்கள், கருப்பை வாயிலைச் (Cervix) சென்றடையும். நீந்தும் தன்மை வாய்ந்த இந்த விந்தணுக்கள், கருக்குழாய் (Fallopian Tube) வரை சென்று, அங்கு 'இருக்கும்' கருமுட்டையுடன் இணைய முயற்சிக் கும். ஆனால், ஏதாவது ஒரு விந்தணு மட்டுமே கருமுட்டை யுடன் இணையும். முதலில், கருமுட்டையுடன் விந்தணுவும் சேர்ந்து இணை கருவாக வளரத் தொடங்கும். பிறகு, அந்த இரண்டும் இணையும்போது சினைமுட்டை அல்லது சைகோட் (Zygote) என்ற நிலை உருவாகும். இந்த சினை முட்டைதான் ஒரு மனிதனுடைய வாழ்க்கையின் முதல் நிலை.

விந்தணு - கருமுட்டை

ஆண் விஷயத்தில் விந்தணு என்றும் பெண்கள் விஷயத்தில் கருமுட்டை என்றும் சொல்கிறோமே அவை எவ்வாறு உருவாகின்றன என்பதைப் பார்ப்போம்.

ஓர் ஆண் பருவ வயதை அடையும்போது உடலில் சில ஹார்மோன்கள் சுரக்கின்றன. இந்த ஹார்மோன்களால்தான், ஆணின் விதைப் பையில் (Scrotum) இருக்கும் டெஸ்டிஸ் (Testis) எனப்படும் விரைகளில், தினமும் கோடிக்கணக்கான விந்தணுக்கள் உற்பத்தி ஆகின்றன. விரைகளில் உற்பத்தி ஆகும் விந்தணுக்கள் முதிர்ச்சி அடைந்து வெளியாக மூன்று மாதங்கள் வரை ஆகும்.

ஆண்மைக்கு ஆதாரமாக இருப்பவை விரைகள்தான். குரல் மாற்றம் ஏற்படுவது, தாடி மீசை வளருவது, பாலுணர்வு ஆகியவற்றைத் தூண்டும் ஹார்மோனை சுரப்பதும், விந்தணுக்களை உற்பத்தி செய்வதும்தான் விரைகளின் முக்கிய பணிகளாகும்.

இப்படி விரைகளில் உற்பத்தி ஆகும் விந்தணுக்கள், செமி னைல் வெசிக்கிள் (Seminal Vesicle) என்று சொல்லப்படும் விந்துப்பையில் சேமித்து வைக்கப்படுகின்றன. உடலுறவு கொள்ளும்போது, இந்த விந்தணுக்கள் ஆண் உறுப்பின் வழி யாக வெளியேறி பெண்ணின் பிறப்பு உறுப்புக்குள் செல்கிறது.

ஆணின் உடலில் உற்பத்தி ஆவதை விந்தணு என்று சொல்வதுபோல், பெண்ணின் உடலில் உற்பத்தி ஆவதை கரு முட்டை அல்லது கருவணு என்று சொல்கிறோம். ஒரு பெண் குழந்தை பிறக்கும்போதே, அக்குழந்தையின் கருவகத்தில் சுமார் 3 லட்சம் முதல் 5 லட்சம் கருமுட்டைகள் இருக்கும் என்று சொன்னால் ஆச்சரியமாக இருக்கும். ஆனால், அது உண்மை. (பருவ வயதை (Puberty) அடையும்போது இந்த எண்ணிக்கை பாதியாகக் குறைந்துவிடும். மேலும், ஒரு வருடைய வாழ்நாளில், இவற்றில் சுமார் 500 கருமுட்டை கள்தான் முதிர்ச்சி அடையும். மற்றவை பல்வேறு முறை களில், வழிகளில் அழிந்துபோய்விடுகின்றன).

அந்தக் குழந்தை, பருவ வயதை அடையும்போது, பிட் யூட்டரி சுரப்பியில் (Pituitary Gland) சுரக்கப்படும் சில ஹார் மோன்களால் இந்த கருமுட்டைகள் தூண்டப்பட்டு, ஒவ் வொரு மாதவிலக்குச் சுற்றின்போதும் வெடித்து முதிர்ச்சி அடைந்து கருவகத்தில் இருந்து வெளியேறுகின்றன.

இதற்கிடையே, உடலுறவின்போது பெண்ணின் பிறப்பு உறுப்புக்குள் செலுத்தப்பட்ட விந்தணுக்களில் ஏதாவது ஒன்று, கருக்குழாயில் 'இருக்கும்' கருமுட்டையோடு இணைந்து கருவாக மாறிவிட்டால், அந்தக் கருவைத் 'தாங்கிக் கொள்வதற்காக' கருப்பை அதாவது கர்ப்பப் பையின் (Uterus) உட்புறச் சுவர் தடித்து சிறு படுக்கை போன்று மாறிவிடும். அப்படி கரு உருவாகவில்லை என்றால், அந்தப் படுக்கை போன்ற அமைப்பு உருகி வெளியேறத் தொடங் கும். இதுதான் மாதவிலக்கு எனப்படுகிறது.

கரு உருவாதல்

ஆணின் விந்தணு பற்றியும் பெண்ணின் கருமுட்டை பற்றிப் பார்த்தோம். அடுத்து, இந்த விந்தணுவும் கருமுட்டையும் எப்படி இணைகின்றன என்பதைத் தெரிந்துகொள்வோம்.

மாதவிலக்குச் சுற்றின் பதினான்காவது நாளில், கருவகத்தில் கருமுட்டை உருவாகி முதிர்ந்து நிலையில் இருக்கும். இந்த கருமுட்டையை, கருவகத்துக்கு அருகே விரல்கள் போல் இருக்கும் ஃபிம்ப்ரியே (Fimbriae) என்ற உறுப்பு கருக் குழாய்க்குள் பிடித்துத் தள்ளுகிறது. அப்போது, உடலுறவின் மூலம் ஆணின் விந்தணுக்கள் கருப்பையின் வாய் வழியாக கருக்குழாய்க்குள் நுழைகின்றன. அங்கு 'இருக்கும்' கரு முட்டையுடன் ஏதாவது ஒரு விந்தணு இணைகிறது.

அப்படி கருக்குழாயில் கருமுட்டை இல்லாவிட்டாலும், சுமார் இரண்டு நாள்கள் வரை விந்தணுக்கள் காத்திருக்கும். பிறகு, கருமுட்டை வந்தவுடன் அதனுடன் விந்தணு இணை கிறது. கருவகத்தில் இருந்து ஒரு கருமுட்டை வெளியாகி 24 மணி நேரத்துக்குள் விந்தணுவோடு இணைந்தால்தான் கரு உருவாகும்.

பலத்த 'போட்டிக்கு' இடையே ஏதாவது ஒரு விந்தணுவுக் குத்தான் கருமுட்டையைத் துளைத்துச் சென்று இணையும் வாய்ப்பு கிடைக்கும். இந்த இணைப்பு என்பது கருக் குழாயில்தான் நடைபெறுகிறது. ஆக, கருவின் தோற்றம் கர்ப்பப்பையில் ஏற்படுகிறது என்பதைவிட, கருக்குழாயில் தான் என்று சொல்ல வேண்டும்.

விந்தணுவும், கருமுட்டையும் இணைந்த அடுத்த விநாடியே கரு உருவாகத் தொடங்கிவிடும். இதன் முதல் நிலை

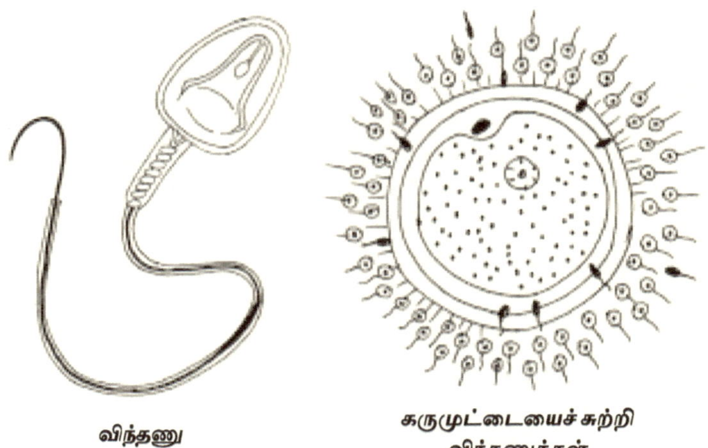

விந்தணு

கருமுட்டையைச் சுற்றி
விந்தணுக்கள்

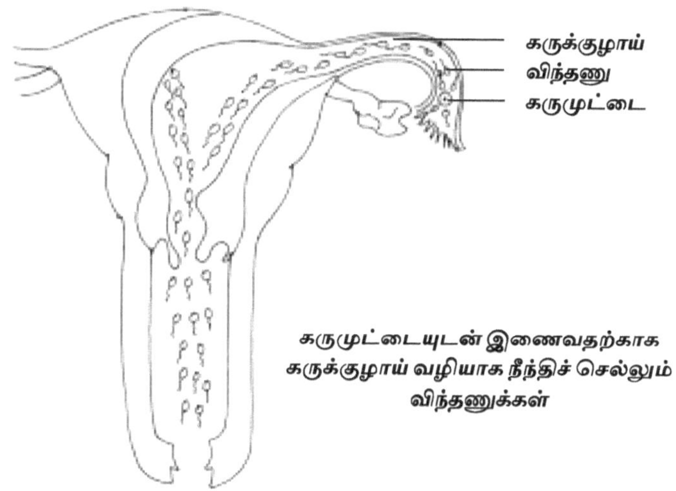

கருமுட்டையுடன் இணைவதற்காக
கருக்குழாய் வழியாக நீந்திச் செல்லும்
விந்தணுக்கள்

சைகோட் என்று ஏற்கெனவே பார்த்தோம். இந்த சைகோட், ஐந்து நாள்களுக்குப் பிறகு கருக்குழாயில் இருந்து கர்ப்பப் பைக்குள் வந்து பதிந்து அங்கு வளரத் தொடங்கும்.

கர்ப்பத்தை உறுதிசெய்தல்

இப்படி பெண்ணின் உடலுக்குள் நடைபெறும் கர்ப்பம் என்ற நிகழ்வின் அறிகுறி என்ன? அதை எப்படி உறுதிப்படுத்திக் கொள்வது? அதற்கான சோதனைகள் என்னென்ன என்பதைப் பார்ப்போம்.

ஆபீஸில் காலையில் இருந்தே மாலினிக்கு வேலை கொஞ்சம் அதிகம்தான். மிகவும் படபடப்பாகவும் பதற்றமாகவும் இருந்தாள். அந்த சமயத்தில், 'மேடம், உங்களை மேனேஜர் கூப்பிடறார்' என்று ஆபீஸ் பாய் வந்து சொல்லிவிட்டுச் சென்றான்.

என்னவோ ஏதோவென்று, கையில் கிடைத்த சில ஃபைல் களை எடுத்துக்கொண்டு மேனேஜரின் அறைக்குள் நுழைந்த போது, தலை கிர்ரென்று சுற்றி, அருகில் இருந்த சேரில் உட்கார்ந்து கண்ணை மூடிக்கொண்டாள்.

'என்ன ஆச்சு மாலினி? எனி பிராப்ளம்?' என்றார் மேனேஜர்.

'ஒண்ணும் இல்லே சார். கொஞ்ச நாளாவே டென்ஷனாவும் படபடப்பாவும் டயர்டாவும் இருக்கு. இன்னிக்கு சாயந்தரம் டாக்டர்கிட்ட போகலாம்னு இருந்தேன். சாரி சார்' என்றாள் மாலினி.

'இட்ஸ் ஓகே, மாலினி. நீங்க போய் ரெஸ்ட் எடுங்க. அப் புறம் பார்க்கலாம்' என்று மேனேஜர் சொல்ல, 'தேங்க்ஸ்' சொல்லிவிட்டு அவரது அறையில் இருந்து வெளியேறி தனது இருக்கையில் உட்கார்ந்து, தன்னை ஆசுவாசப் படுத்திக் கொண்டாள்.

கொஞ்ச நேரத் அமைதிக்குப் பிறகு, தனக்கு என்ன ஆச்சு என்று அவள் யோசிக்கத் தொடங்கினாள். அப்போதுதான், தனக்கு மாதாமாதம் வரக் கூடிய மாதவிலக்கு ஒரு வாரம் தள்ளிப்போயிருப்பதை உணர்ந்தாள். சரி இன்னிக்கு சாயந் தரம் டாக்டர்கிட்ட செக் பண்ணிக்கணும் என்று தனக்குள் சொல்லிக் கொண்டாள்.

ஒழுங்கான மாதவிலக்குச் சுற்று (28 நாள்களுக்கு ஒருமுறை) இருக்கும் பெண்கள், கருத்தரித்து மாதவிலக்கு சில நாள்கள் தள்ளிப்போன உடனேயே, மாலினிக்கு ஏற்பட்ட பிரச்னை கள், அதாவது படபடப்பு, மனச்சோர்வு, தலைச்சுற்றல் போன்ற அறிகுறிகள் தெரியத் தொடங்கும். அவற்றைப் பற்றி கொஞ்சம் விரிவாகப் பார்க்கலாம்.

1. ஒழுங்கான மாதவிலக்குச் சுற்று உள்ளவர்களுக்கு, திடீரென்று மாதவிலக்கு தள்ளிப் போகலாம். அது குறித்து பயப்படத் தேவையில்லை. ஏனெனில் பதற் றம், நீண்ட தூர, அதிகப் பயணம், மருந்துகள், மனச் சோர்வு போன்ற காரணங்களால்கூட மாதவிலக்கு தள்ளிப் போகலாம். அதனால், மாதவிலக்கு தள்ளிப் போகும் ஒவ்வொரு சமயத்திலும், கர்ப்பம் ஏற்பட்டு விட்டதோ என்று பயப்படத் தேவையில்லை. அதே நேரத்தில், மருத்துவரிடம் சென்று கர்ப்பம் உள்ளதா இல்லையா என்பதை உறுதி செய்துகொள்வதும் அவசியம். கர்ப்பம் இல்லையென்றால், பத்து நாள்களுக்குள் மாதவிலக்கு ஏற்பட்டுவிடும்.

2. அதிகாலை நேரத்தில் வாந்தியும், வயிற்றுப் பிரட்ட லும் ஏற்படலாம். இதை, காலை நோய் (Morning Sickness) என்று சொல்வார்கள். பொதுவாக, ஜீரண உறுப்புகளில் ஏற்படும் சில தொந்தரவுகளால் இத் தகைய உணர்வுகள் தோன்றலாம். வாந்தி, வயிற்றுப் பிரட்டல் போன்றவை அதிகாலை நேரத்தில் அதிக மாக இருக்கும். அதுவே பகல் நேரத்திலும் தொடர லாம். மாதவிலக்கு ஏற்பட்ட அடுத்த ஆறு வாரங்களில் இதுபோன்ற அறிகுறிகள் தோன்றி அடுத்த ஆறு வாரங்களில் குறைந்துவிடும்.

நீண்ட நேரம் சாப்பிடாமல் இருப்பது, அதிகக் காரம் மற்றும் மசாலாக்கள் கலந்து உணவுப் பொருள்களைச் சாப்பிடுவது போன்றவற்றால் வாந்தியும், வயிற்றுப் பிரட்டலும் அதிகமாகலாம். அதனால், கொஞ்சம் கொஞ்சமாக அதே நேரத்தில் அடிக்கடி சாப்பிடப் பழகிக்கொள்ள வேண்டும்.

சில பேருக்கு, சில வகை உணவுப் பொருள்களைக் கண்டாலே வெறுக்கத் தோன்றும். அதே நேரத்தில் சில வகை உணவுப் பொருள்களுக்கு அடிமையாகவும் தோன்றும்.

வாந்தி அதிகமாக இருக்கும்பட்சத்தில், டாக்டரின் ஆலோசனையின் பேரில் மருந்துகளைச் சாப் பிடலாம்.

3. கர்ப்பம் ஏற்பட்ட அடுத்த சில நாள்களில், மார்பகங் களில் வலி, கனம் ஆகியவற்றை உணரலாம். மார்பு மற்றும் காம்பும் அதைச் சுற்றியுள்ள பகுதியும் விரி வடையத் தொடங்கும். காம்பைச் சுற்றியுள்ள பகுதி மிகவும் அடர் கறுப்பு நிறத்தில் இருக்கும். சில சமயங் களில், பால் போன்ற திரவம் சுரக்கலாம். மார்புக் காம்பைச் சுற்றி லேசான வீக்கம் ஏற்படலாம்.

4. முதல் மூன்று மாதங்களில், கர்ப்பப்பை கொஞ்சம் கொஞ்சமாக வீங்கத் தொடங்கும். அதனால், சிறு நீர்ப்பை அழுத்தப்பட்டு, அடிக்கடி சிறுநீர் கழிக்க நேரிடும். போகப்போக இந்த உணர்ச்சி குறைந்து விடும்.

5. பொதுவாக, கர்ப்பம் ஏற்பட்ட நாளில் இருந்து அசதி யாக இருப்பதுபோன்ற உணர்வு ஏற்படும். பலர், பகல் நேரத்தில் அதிக நேரம் தூங்குவார்கள். கர்ப்பத்துக்கு இந்த அறிகுறிகள் இருக்க வேண்டும் என்ற கட்டாயம் இல்லை. மேற்கண்ட அறிகுறிகள் இல்லாமலும்கூட இருக்கலாம். சரி, மேற்கண்ட அறிகுறிகள் அதிகமாக இருக்கிறது. அப்படியென்றால் அது கர்ப்பம்தானே என்றால், அதுவும் இல்லை. பிறகு, கர்ப்பத்தை எப்படி உறுதிப்படுத்திக்கொள்வது என்று கேட்கலாம். அதற் கான சில சோதனைகள் உள்ளன.

கர்ப்பம் ஏற்பட்டுவிட்டதோ என்று சந்தேகம் ஏற்பட் டால், உடனே ஒரு மகப்பேறு மருத்துவரிடம் சென்று பரிசோதனை செய்துகொள்வது நல்லது. அவர், சிறுநீர்ப் பரிசோதனை செய்து கர்ப்பத்தை உறுதி செய்வார்.

இப்போது, கர்ப்பத்தை உறுதி செய்ய நவீன பரிசோதனைகள் வந்திருக்கின்றன. அவற்றில் ஒன்றுதான், B-HCG (Beta-Human Chorionic Gonadotropin) என்ற சோதனை. இது, சிறிய ரத்தப் பரிசோதனைதான். இந்தச் சோதனையின் மூலம், மாத விலக்கு தள்ளிப்போன முதல் வாரத்திலேயேகூட, கர்ப்பத்தை உறுதி செய்துகொள்ள முடியும்.

வழக்கமாக, கரு உருவான நான்கு வாரங்களில், மருத்து வரிடம் பரிசோதனைக்குச் சென்றால் கர்ப்பப்பையைச் சோதித்து கரு உருவாகியுள்ளதா இல்லையா என்பதை உறுதிப்படுத்துவார். அப்போது கர்ப்பப்பை சற்று விரிந் திருக்கும். பெண்ணின் பிறப்பு உறுப்பும், கர்ப்பப்பையின் வாய்ப்பகுதியும் அடர்நீல நிறத்தில் இருக்கும்.

எப்போது பிரசவம்?

சரி, ஒரு பெண் கர்ப்பம் அடைந்துவிட்டால். எப்போது பிரசவம் ஏற்படும் என்பதை எப்படிக் கணக்கிடுவது? மிகவும் முக்கியமான கேள்வி. ஏனெனில், இன்றைய காலகட்டத்தில் பிறந்த நாளையும் நேரத்தையும் வைத்துத்தான் 'எல்லாமே' முடிவு செய்யப்படுகிறதே. அந்த வகையில் இந்த கேள்வி முக்கியமானது.

பொதுவாக, கடைசியாக ஏற்பட்ட மாதவிலக்கின் முதல் நாளை வைத்துத்தான் பிரசவ தினம் கணக்கிடப்படும். அதாவது, கடைசியாக ஏற்பட்ட மாதவிலக்கின் முதல் நாள், 2006-ம் ஆண்டு ஜூன் முதல் தேதி என்று வைத்துக் கொள் வோம். அந்த தேதியுடன் ஒன்பது மாதங்களையும் ஏழு நாள் களையும் கூட்டிக்கொள்ள வேண்டும். அப்படியென்றால், 2007-ம் ஆண்டு மார்ச் 8-ம் தேதி குழந்தை பிறக்கும்.

கணக்கு எல்லாம் சரி என்றாலும், மிகச் சரியாக அந்த தேதி யில்தான் பிரசவம் நடைபெற வேண்டும் என்ற கட்டாயம் இல்லை. நிர்ணயிக்கப்பட்ட தேதிக்கு இரண்டு வாரம் முன்போ அல்லது ஒரு வாரம் கழித்தோகூட பிரசவம் நடை பெறலாம்.

இந்த உலகில், சுமார் 4 சதவீதம் அளவுக்குத்தான் நிர்ணயிக் கப்பட்ட தேதியில் பிரசவம் நடைபெறுவதாகப் புள்ளி விவரங்கள் தெரிவிக்கின்றன.

அல்ட்ரா சவுண்ட் மூலம் கர்ப்பப்பையை ஸ்கேன் செய்து பார்க்கும்போது, பிரசவ தேதியை எளிதில் கணக்கிட்டு விடலாம். மாதவிலக்குச் சுற்று ஒழுங்காக இல்லாதவர் களுக்கு இந்த அல்ட்ரா சவுண்ட் ஸ்கேன் பரிசோதனை மிகவும் உதவியாக இருக்கும். சாதாரணமாக, கருத்தரித்த 38 முதல் 40 வாரங்களுக்குள் பிரசவம் நடைபெறும்.

எல்லாம் சரி. கர்ப்பம் ஏற்பட்டுவிட்டது. டாக்டரும் உறுதி செய்துவிட்டார். குழந்தை பிறக்கும் தேதியும் கணக்கிடப் பட்டுவிட்டது. இடைப்பட்ட காலங்களில், என்னென்ன நடவடிக்கைகள், முயற்சிகள் மேற்கொள்ளப்பட வேண்டும் என்பது மிகவும் முக்கியம். அவற்றைப் பற்றி, அடுத்து வரும் பக்கங்களில் விரிவாகப் பார்க்கலாம்.

உஷார்! ஒன்பது மாதங்கள்

ஒன்பது மாதங்கள் தாயின் கர்ப்பப்பையில் இருக்கும் ஒரு கருவின் (Fetus) வளர்ச்சியை மூன்று பிரிவாகப் பிரிக்கலாம்.

கரு உருவான முதல் நாளில் இருந்து அடுத்த மூன்று மாதங்கள் வரை ஒரு பிரிவாகவும், அதற்கு அடுத்த மூன்று மாதங்களையும் இரண்டாவது பிரிவாகவும், அதற்கு அடுத்த மூன்று மாதங்களை மூன்றாவது பிரிவாக வும் பிரிக்கலாம். கருவின் வளர்ச்சியை மூன்று மூன்று மாதங்களாகப் பிரிப்பதை 'ட்ரைமெஸ்டர்' (Trimester) என்று சொல் கிறோம்.

முதல் ட்ரைமெஸ்டர் என்பது, கரு உரு வானதில் இருந்து அடுத்த 12 வாரங்கள் வரையிலான காலகட்டமாகும். இது மிக மிக முக்கியமான காலகட்டம். இந்த காலகட்டத்தில், கர்ப்பப்பையில் இருக்கும் கரு அதிகம் பாதிப்புக்கு உள்ளாகும்

முதல் ட்ரைமெஸ்டரில் கருவின் வளர்ச்சி

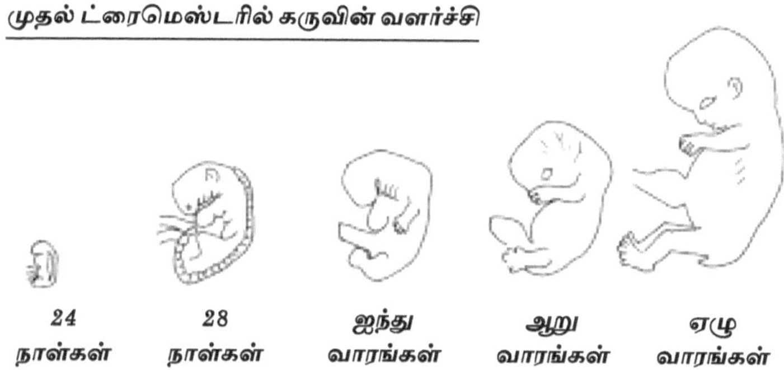

என்பதால், கூடுதல் கவனத்துடனும் எச்சரிக்கையுடனும் இருக்க வேண்டும்.

இரண்டாவது ட்ரைமெஸ்டரில் கருவின் வளர்ச்சி

இரண்டாம் ட்ரைமெஸ்டர் என்பது 14 முதல் 28 வாரங்கள் வரையிலான காலகட்டமாகும். இந்த காலகட்டத்தில் வாந்தி, களைப்பு போன்றவை குறைந்து உற்சாகம் அதிகரிக்கும். தாயின் உடல் எடையும் அதிகரிக்கும்.

மூன்றாவது ட்ரைமெஸ்டர் என்பது 29-வது வாரம் முதல் 40-வது வாரம் வரையிலான காலகட்டமாகும். இந்த கால கட்டத்தில், தாயின் எடையும் கருவில் இருக்கும் குழந்தை யின் எடையும் அதிகரிக்கும். தாயின் பல உடல் பாகங்கள்,

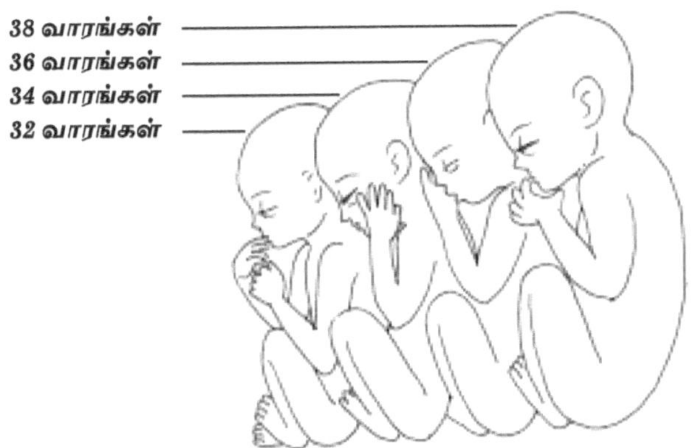

மூன்றாவது ட்ரைமெஸ்டரில் கருவின் வளர்ச்சி

பிரசவத்துக்குத் தயாராக இருக்கும். தாயும், பிரசவ வலியை எதிர்பார்த்துக் காத்திருக்க வேண்டும்.

முதல் ட்ரைமெஸ்டர்

இணைக்கரு – கரு:

முதல் ட்ரைமெஸ்டரில், கருவை 'இணைக்கரு' (Embryo) என்று அழைக்கிறோம். இந்த மூன்று மாத காலத்தில், இந்த இணைக்கரு பலவித மாற்றங்களை எதிர்கொள்ளும். 0.5 மி.மீட்டர் என்ற அளவில் இருந்து 12 வாரத்துக்குள் 60 மி.மீட்டர் என்ற அளவுக்கு இந்த இணைக்கரு வளர்ந்து விடும். இருந்தாலும், முதல் ட்ரைமெஸ்டரில் இணைக்கரு வின் அளவு மிகச் சிறியதாகத்தான் இருக்கும். அதே நேரத்தில், பல்வேறு உடல் பாகங்களும் உருவாகி வேகமாக வளரத் தொடங்கும். முக்கியமான உறுப்புகள் எல்லாம் கரு உருவான முதல் பத்து வாரங்களுக்குள் முழுமையாக உரு வாகிவிடுகின்றன. இந்த முதல் ட்ரைமெஸ்டரின் இறுதிக் கட்டத்தில், இணைக்கரு என்று அழைக்கப்பட்டது அதன் பிறகு கரு என்று அழைக்கப்படும்.

ஓர் இணைக்கரு, கர்ப்பப்பையில் வளரத் தொடங்கும் போதே, அதாவது மாதவிலக்கு தள்ளிப்போன தேதிக்கு இரண்டு வாரங்களுக்கு முன்பே, அது ஆணா, பெண்ணா

என்பது நிர்ணயிக்கப்படுகிறது. இந்த பாலின நிர்ணயத்தில் ஆணின் விந்தணுவில் இருக்கும் குரோமோசோம்களுக்குப் பெரும் பங்கு உள்ளது.

ஆணின் விந்தணுக்களில் X, Y என்று இரண்டு வகைகள் உண்டு. இதில் Y என்ற குரோமோசோம் உள்ள விந்தணு மூலம் கரு உருவாகியிருந்தால் பிறக்கும் குழந்தை ஆணாக வும், X என்ற குரோமோசோம் உள்ள விந்தணு மூலம் கரு உருவாகியிருந்தால் பிறக்கும் குழந்தை பெண்ணாகவும் இருக்கும்.

முதல் ட்ரைமெஸ்டரில், எட்டாவது வாரத்தில் உடலுக்குள் இருக்கும் இனப்பெருக்க உறுப்புகளில் மாற்றங்கள் உரு வாகத் தொடங்கும். பதினோறாவது வாரத்துக்குப் பிறகு தான், உடலுக்கு வெளியில் இருக்கும் இனப்பெருக்க உறுப்பு கள் (பிறப்பு உறுப்புகள்) உருவாகத் தொடங்குகின்றன.

ஆக, முதல் ட்ரைமெஸ்டர் முடியும் சமயத்தில், கருவானது முழு வடிவம் பெற்றுவிடும். ஆனால், அளவில் மிகச் சிறிய தாக இருப்பதால், மேலும் வளர்ந்து ஒரு முழுமையான குழந்தையாக மாற மேலும் பல மாதங்கள் தேவைப்படு கின்றன.

முதல் ட்ரைமெஸ்டரில் கவனத்தில் கொள்ள வேண்டியவை:

முதல் ட்ரைமெஸ்டர் என்பது கர்ப்பக் காலத்தில் மிக முக்கியமான கட்டம். எந்த நேரத்திலும் இணைக்கருவுக்குப் பாதிப்பு ஏற்படலாம். மேலும், இணைக்கருவில் தினசரி பல்வேறு மாற்றங்கள் உருவாகிக் கொண்டிருப்பதாலும் மிகக் கவனமாகவும், எச்சரிக்கையுடனும் இருக்க வேண்டி யது மிகவும் முக்கியம்.

செய்யக் கூடாதவை:

லேசான தலைவலி, காய்ச்சல், ஜலதோஷம் என்றால்கூட, டாக்டரைக் கேட்காமல் மாத்திரை சாப்பிடுவதைக் கூடுமான வரை தவிர்க்க வேண்டும். அதாவது, நீங்களாக எந்தவித மான மருந்து, மாத்திரைகளைச் சாப்பிடக் கூடாது.

உண்மையிலேயே தாங்கமுடியாத அளவுக்கு உடல் உபாதைகள் இருந்து டாக்டரிடம் செல்லும்பட்சத்தில்,

கர்ப்பமாக இருப்பதை முதலில் அவரிடம் சொல்லிவிட வேண்டும். அப்போதுதான், அவரால் கருவுக்கு எந்த பாதிப்பும் ஏற்படாத வகையில் உங்களுக்கு மருந்து, மாத் திரைகள் கொடுக்க முடியும். முடிந்தவரை, கர்ப்பத்தின் தொடக்கக் காலங்களில் மருந்து, மாத்திரைகளைச் சாப் பிடாமல் இருப்பது நல்லது.

மிகவும் குறிப்பாக, எக்ஸ்-ரே போன்ற கதிர்வீச்சுகளுக்கு ஆளாகக் கூடாது. காய்ச்சல், அரிப்பு போன்றவற்றால் பாதிக் கப்பட்ட குழந்தைகள் அருகில் இருந்தால், அவர்களிடம் இருந்து விலகி இருப்பது நல்லது. ஏனெனில், அத்தகைய குழந்தைகளிடம் இருந்து சிலவகையான வைரஸ் கிருமிகள், தாயின் வயிற்றில் வளரும் கருவைப் பாதிக்கக் கூடும்.

சாப்பாட்டு விஷயத்தில் கொஞ்சம் எச்சரிக்கையாக இருக்க வேண்டும். பச்சையான சமைக்கப்படாத உணவு வகை களைத் தவிர்க்கவும். கூடுமானவரை, வளர்ப்புப் பிராணி களிடம் இருந்து ஒதுங்கி இருக்கவும்.

முதல் ட்ரைமெஸ்டர் காலகட்டத்தில் உடலுறவைத் தவிர்ப்பது நல்லது. நீண்ட தூரப் பிரயாணங்களைத் தவிர்க்க வும். போயே ஆகவேண்டிய கட்டாயம் என்றால், ரயில் பிரயாணம் நல்லது.

அதேபோல் குடிப்பழக்கம், புகைப்பிடித்தல், போதை மருந்து போன்றவற்றுக்கு ஆளாகமல் இருப்பது மிகவும் நல்லது.

கர்ப்பம் (தாய்மை) என்பது ஒவ்வொரு பெண்ணுக்கும் விவரிக்க முடியாத ஓர் ஆச்சரியமான, சந்தோஷமான நிகழ்வு. மேலும், கர்ப்பம் என்பது பெண்ணைப் பொருத்தவரை, ஓர் இயற்கையான நிகழ்வும்கூட. இதில், இது கூடாது அது கூடாது என்று சொல்வது பயமுறுத்துவதற்காக அல்ல. அவை எல்லாம் முன்னெச்சரிக்கை நடவடிக்கைகள்தான். அதனால் பயப்படத் தேவையில்லை. பயம் என்றவுடன் இன்னொரு மிக முக்கியமான தகவலையும் சொல்ல வேண்டும். முதல் ட்ரைமெஸ்டர் காலகட்டத்தில் மன அதிர்ச்சிக்கோ, பயத்துக்கோ ஆளாகாமல் கவனமாக இருக்க வேண்டியது மிகவும் முக்கியம். ஏனெனில், வெளியில்

தாய்க்கு ஏற்படும் அதிர்ச்சியோ, பயமோ கர்ப்பப்பையில் இருக்கும் கருவுக்கு பாதிப்பை ஏற்படுத்திவிடக் கூடும்.

இதுவரை, என்னென்ன செய்யக் கூடாது என்று பார்த்தோம். அடுத்து என்னென்ன செய்யவேண்டும் என்பதைப் பார்ப்போம்.

செய்ய வேண்டியவை:

1. டாக்டரிடம் பரிசோதனைக்குச் செல்லவேண்டிய நாள், நேரம் போன்றவற்றை நிர்ணயித்துக்கொள்ள வேண்டும்.

2. ஊட்டச்சத்துகள் நிறைந்த உணவு வகைகளைச் சாப்பிடுவதுடன், ஆரோக்கியமான உணவுமுறையை யும் கடைப்பிடிக்க வேண்டும்.

3. கையை நன்றாகக் கழுவிவிட்டுச் சாப்பிடவும்.

4. மருத்துவரின் அறிவுரைப்படி, சிறுசிறு உடற்பயிற்சி கள் செய்யத் தொடங்கவும்.

5. வைட்டமின்கள், ஃபோலிக் அமிலம் உள்ள உணவுப் பொருள்களைச் சாப்பிடவும்.

6. வைரஸ் கிருமிகள் மற்றும் நோய்த்தொற்றால் பாதிக் கப்பட்டிருந்தால் டாக்டரிடம் சென்று பரிசோதித்துக் கொள்ளவும்.

இரண்டாவது ட்ரைமெஸ்டர்

கருவின் நிலை:

முதல் ட்ரைமெஸ்டர் முடிவதற்குள், குழந்தையின் (கரு) பெரும்பாலான உடல் உறுப்புகள் முழுமையாக உருவாகி விடும். மினியேச்சர் என்று சொல்லக் கூடிய வகையில் அனைத்து உடல் பாகங்களும் உருவாகி, கண்பார்வைக்கு மிகச் சிறியதாக இருக்கும் குழந்தை, இரண்டாவது மற்றும் மூன்றாவது ட்ரைமெஸ்டர் காலகட்டங்களில் வேகமாகவும் முழுமையாகவும் வளருகிறது.

முதல் ட்ரைமெஸ்டரின் கடைசியில், அதாவது 12-வது வார முடிவில், உட்கார்ந்த நிலையில் உள்ள குழந்தையின் உயரம்

7 செ.மீட்டர் வரை இருக்கும். கால், பாதம், நகம் என வித்தியாசம் பார்க்கக் கூடிய வகையில் தெளிவாக இருக்கும். ஆணா? பெண்ணா? என்பதையும் தெரிந்துகொள்ள முடியும். சிறுநீரகம் செயல்படத் தொடங்கியிருக்கும்.

இரண்டாவது ட்ரைமெஸ்டரில் 16-வது வார முடிவில், குழந்தையின் நீளம் 12 செ.மீட்டராக அதிகரித்திருக்கும். குழந்தையின் எடை கிட்டத்தட்ட 110 கிராமாக இருக்கும். இருபதாவது வார முடிவுதான், கர்ப்பக் காலத்தின் மத்திய பகுதி. அப்போது, குழந்தையின் எடை 300 கிராம் என்ற அள வில் இருக்கும். இந்தக் காலகட்டத்தில் தோல் பகுதியில் மெல்லிய ரோமங்கள் வளரத் தொடங்கும். 24-வது வார முடி வில் குழந்தையின் எடை 630 கிராம் வரை இருக்கும். பிற உடல் பாகங்களைவிட தலையின் அளவு பெரிதாக இருக்கும். தோல் மிகவும் சிவந்து காணப்படும். நாளாக நாளாகக் கொழுப்பு சேர்ந்து குழந்தையின் எடை அதிகரிக்கத் தொடங்கும்.

28-வது வார முடிவில், 25 செ.மீ. அளவுக்குக் குழந்தை வளர்ந்திருக்கும். எடை ஒரு கிலோவாக இருக்கும். இந்த காலகட்டத்தில்தான், கர்ப்பப்பையில் இருக்கும் திரவத்தில் (Amniotic Fluid) குழந்தை மிதந்தபடி அங்கும் இங்கும் நகர்வது, கை கால்களை நீட்டி இழுப்பது, உடலைத் தளர்த்திக் கொள்வது போன்ற செயல்களைச் செய்யும். குழந்தையின் செயல்பாடுகளைத் தாயின் வயிற்றுப் பகுதிக்கு வெளியே பார்த்துத் தெரிந்துகொள்ள முடியும். மேலும், குழந்தையின் இதயத் துடிப்பையும் உணர முடியும். சிறுநீரகம் வளர்ந்து செயல்படுவதுபோல், நுரையீரல் போதுமான அளவுக்கு வளர்ந்து அதன் செயல்பாடு தொடங்கியிருக்காது. அதனால், குழந்தையால் தனித்து சுவாசிக்க முடியாது.

32-வது வார இறுதியில், குழந்தையின் எடை 1.8 கிலோ என்ற அளவுக்கு இருக்கும். தோல், அதிகமான சுருக்கங்களுடன் சிவந்து காணப்படும். தோலை, பசை போன்ற வெள்ளை நிறப்பொருள் மூடி இருக்கும். அதற்கு 'வெர்னிக்ஸ் கேஸியோஸா (Vernix Caseosa) என்று பெயர். இது, கர்ப்பப்பை திரவத்தில் இருந்து தோலைப் பாதுகாக்கிறது. குழந்தையின் கண்கள் திறந்திருக்கும். தலையில் ஓரளவு மூடி வளர்ந்திருக்கும். ஆண் குழந்தையாக இருந்தால், உடலுக்கு வெளியே விதைப்பை இறங்கியிருக்கும்.

36-வது வார முடிவில், குழந்தையின் எடை 2.5 கிலோ வரை இருக்கும். மேலும், கொழுப்பு சேர்ந்து உடல் நன்கு பருத் திருக்கும். முகத்தில் இருந்த சுருக்கங்கள் நீங்கி இருக்கும். இப்படி 37-வது வாரம்வரை குழந்தையின் எடை கொஞ்சம் கொஞ்சமாக அதிகரிக்கும். தாய்க்கு ஊட்டச்சத்து குறைவாக இருக்கும்பட்சத்தில் குழந்தையின் வளர்ச்சி குறைவாகவே இருக்கும்.

40-வது வாரத்தில், குழந்தை முழு வளர்ச்சி அடைந்துவிடும். அப்போது, குழந்தையின் நீளம் 36 செ.மீட்டராகவும், எடை 3.4 கிலோவாகவும் இருக்கும்.

இரண்டாவது ட்ரைமெஸ்டரில் செய்ய வேண்டியவை:

1. பிரசவம் எளிதாக நடைபெறுவதற்கான முன் முயற்சி யாக, சில எளிய உடற்பயிற்சிகள் செய்ய வேண்டும்.

2. உடலை வருத்திக்கொண்டு வேலைகளைச் செய்யக் கூடாது.

3. உடலை லேசாகவும் தளர்வாகவும் வைத்துக்கொள்ள, அதற்குத் தகுந்த உடற்பயிற்சிகளை மேற்கொள்ள வேண்டும்.

மூன்றாவது ட்ரைமெஸ்டர்

தாயிடம் ஏற்படக் கூடிய மாற்றங்கள்:

கர்ப்பத்தின் கடைசி காலகட்டங்களில், தாயின் உடலில் ஏற்படும் மாற்றங்களை எளிதில் பார்க்கவும் உணரவும் முடியும். கர்ப்பத்தில் இருக்கும் குழந்தை வெகுவேகமாக வளருவதால் ஏற்படும் அழுத்தம் காரணமாக, தாய் சில அசௌகர்யங்களை உணரலாம். சில சமயங்களில், மூச்சு விடுவதற்குக்கூட சிரமப்பட நேரிடலாம். அடிவயிறு, தொடை மற்றும் மார்பகங்களில் சிவப்பு நிற கோடுகள் உருவாகலாம். அதைப் பார்த்து பயப்பட வேண்டாம். பிரச வத்துக்குப் பிறகு அவை மறைந்துவிடும்.

மூன்றாவது ட்ரைமெஸ்டரின்போது, தாயின் மார்பகம் விரி வடையும். காம்புகளில் இருந்து கொலஸ்ட்ரம் எனப்படும் மஞ்சள் நிறத்தில் அடர் திரவம் சுரக்கும். குழந்தை வளர வளர, அதற்கேற்ப கர்ப்பப்பையும் விரிவடைந்து

பெரிதாகும். கர்ப்பப்பையின் உட்பக்கச் சுவர் மெலிந்து மிருதுவாகும். இதனால்தான், குழந்தையின் அங்க அசைவு களை வெளியே காணமுடிகிறது.

தாயின் உடல் எடை அதிகரிக்கும். சாதாரணமாக, தாயின் எடை சுமார் 10 கிலோ முதல் 11 கிலோ வரை அதிகரிக்கும். நாட்கள் செல்லச்செல்ல தாகமும் பசியும் அதிகரிக்கும். நெஞ்சு எரிச்சல், அஜீரணம், மலச்சிக்கல் போன்றவை இருக் கும். ஹார்மோன்கள் மாறுபாடுகளால் இதுபோன்ற பிரச்னை கள் ஏற்படும். அதனால், கவலைப்படத் தேவையில்லை.

இடுப்பு எலும்புகளுக்கு இடைப்பட்ட 'லிகமெண்ட்ஸ்' என்ற பகுதி மிருதுவாகும். இதனால், நடப்பதற்கு சிரமப்படலாம். பிரசவ காலம் நெருங்க நெருங்க, குழந்தையின் தலை, இடுப்பு எலும்புகளுக்கு இடையே கீழ் நோக்கியபடி பொருத்திக்கொள்ள முற்படும். இதன் காரணமாக, அதுவரை மூச்சுவிடுவதற்கு சிரமப்பட்ட தாய்க்கு, அதன்பிறகு மூச்சு விடுவது எளிதாகும். ஆனால், அடிக்கடி சிறுநீர் கழிக்க நேரும். இடுப்பு, முதுகு போன்ற பகுதிகளில் வலி அதி கரிக்கும்.

மூன்றாவது ட்ரைமெஸ்டரில் பின்பற்ற வேண்டியவை:

கர்ப்பத்தின் முதல் ஆறு மாதங்களைப் போலவே, இந்த கடைசி மூன்றாவது ட்ரைமெஸ்டர் காலகட்டமும் மிக முக்கியமானது.

1. டாக்டரிடம் அடிக்கடி சென்று ஆலோசனை பெற வேண்டும்.

2. உடற்பயிற்சியைக் குறைத்துக்கொண்டு, நன்றாக ஓய்வு எடுக்க வேண்டும். நஞ்சுக் கொடி மிகவும் கீழிறங்கி இருந்தாலோ, குழந்தையின் வளர்ச்சியில் தாமதம் ஏற்பட்டிருந்தாலோ, அதிகமான ஓய்வு தேவை.

3. உடலுறவைத் தவிர்க்கவும்.

4. தினமும், 2500 கிலோ கலோரி அளவுக்குக் கண்டிப் பாகச் சாப்பிட வேண்டும். பால் மற்றும் பால் சார்ந்த பொருள்களை அதிகம் எடுத்துக்கொள்ள வேண்டும்.

5. டாக்டரின் ஆலோசனை இல்லாமல், மருந்து மாத்திரைகளைச் சாப்பிடக் கூடாது.

6. புகையிலையை மெல்லுதல், புகைப்பிடித்தல், மது அருந்துதல் போன்றவற்றை முழுமையாகத் தவிர்க்க வேண்டும்.

7. இந்த காலகட்டத்தில், குழந்தையின் அசைவுகளை நன்றாகப் பார்க்கவும் உணரவும் முடியும். அப்படி, அசைவுகள் குறைந்தாலோ அல்லது முற்றிலும் தடைப்பட்டாலோ டாக்டரை உடனே அணுக வேண்டும்.

8. தடுப்பூசிகளைத் தவறாமல் போட்டுக்கொள்ள வேண்டும்.

பிரசவத்துக்குத் தயார் ஆவது

வலி வந்தால் என்ன செய்வது? எங்கே பிரசவத்தை வைத்துக் கொள்வது - வீட்டிலா? மருத்துவமனையிலா?, என்ன மாதிரி யான வலி நிவாரணிகளை மேற்கொள்வது போன்ற கேள்வி களுடன் டாக்டரிடம் சென்று ஆலோசனை கேட்பதை, பிரசவத்துக்குத் தயார் ஆவது என்று சொல்லலாம்.

பிரசவிக்கப்போகும் பெண்ணுக்கு, அவளுடைய கணவர் மற்றும் குடும்பத்தினரின் அன்பும் ஆதரவும் அரவணைப்பும் மிகவும் அவசியம். அவைதான், தாய் மற்றும் பிறக்கப் போகும் குழந்தையின் ஆரோக்கியத்துக்கு மிகவும் இன்றி யமையாதவை.

பிறக்கப்போகும் குழந்தைக்கு முன்பே சகோதரனோ சகோதரியோ இருந்தால், அவர்களிடம் பிறக்கப்போகும் குழந்தையைப் (தம்பி அல்லது தங்கை) பற்றியும், குழந்தை யிடம் எப்படி அன்பு காட்ட வேண்டும் என்பதை எடுத்துச் சொல்லி, குழந்தையை 'ஏற்றுக்கொள்ள' தயார்படுத்த வேண்டும்.

ஆனந்த அசௌகரியங்கள்

கர்ப்ப காலம் என்பது ஒவ்வொரு பெண் ணுக்கும் தனித்துவமான காலகட்டமாகும். ஒரு பெண்ணே, ஒன்றுக்கும் மேற்பட்ட பிரசவத்தைச் சந்தித்திருந்தாலும் ஒவ் வொரு கர்ப்பமும் (கர்ப்ப காலமும்) ஒன்று போல் இருப்பதில்லை. அனுபவங்களும் வெவ்வேறாக இருக்கும். சிலருக்குக் கர்ப்ப காலமும், பிரசவமும் உற்சாகமாகவும், எளிமையாகவும் கழிந்துவிடும். சிலரோ மிகவும் கஷ்டப்பட்டுப் போய்விடுவார்கள்.

பொதுவாக, கர்ப்பிணிகளுக்கு உடல் ரீதி யாகவும் மன ரீதியாகவும் ஏற்படக் கூடிய மாற்றங்கள், அசௌகரியங்கள் என்னென்ன என்பதைப் பற்றிப் பார்ப்போம்.

I. உடல் ரீதியான மாற்றங்கள்:

1. தலைச்சுற்றல், மயக்கம்

சில சமயங்களில், உட்கார்ந்த நிலையில் இருந்து திடீரென எழுந்திருக்க முயற்சிக்

4

கும்போது, தலை சுற்றுவதுபோல் இருக்கும். சிலரால், கர்ப்பத்தின் தொடக்க நிலையில் இதை உணர முடியும்.

தலைச்சுற்றல் என்பது, சுரப்பிகளில் ஏற்படும் மாறுபாடு களால் உண்டாவது. தலைச்சுற்றல் காரணமாக, கீழே விழுந்து அடிப்பட்டுக்கொள்ளாதவரை, தாய்க்கும் குழந் தைக்கும் எந்த ஆபத்தும் இல்லை. தலைச்சுற்றல் அதிகமாக இருந்தால், கூட்ட நெரிசல் அதிகம் உள்ள இடங்களுக்குச் செல்வதைத் தவிர்க்கவும். உட்கார்ந்த நிலையில் இருந்தோ படுத்திருக்கும் நிலையில் இருந்தோ உடனே எழுந்து கொள்ளக்கூடாது.

2. இடுப்பு வலி

ஒரு பெண்ணின் உடலில் உள்ள சில சுரப்பிகள், அப்பெண் கர்ப்பம் அடைந்தவுடன் சில ஹார்மோன்களைச் சுரக் கின்றன. இந்த ஹார்மோன்கள், உடலின் தசை மற்றும் மூட்டுகளை மிருதுவாக்குகின்றன.

வயிற்றில் இருக்கும் குழந்தையின் எடையை இடுப்பின் பின்பக்க மற்றும் அடிவயிற்றுத் தசைகள்தான் தாங்கிக் கொள்கின்றன. ஹார்மோன்களால் இத்தசைகள் மிருதுவாகி, தளர்வடையும்போது, குழந்தையின் எடை முழுவதும் பின் பக்க எலும்புகளால் தாங்கிக்கொள்ளப்படுகிறது. அதனால், இடுப்பு வலி ஏற்படுகிறது.

உடலில் கால்சியம் சத்து குறைந்தாலும், கர்ப்பத்தில் இருக்கும் குழந்தை எந்த நிலையில் இருக்கிறது என்பதைப் பொறுத்தும்கூட இடுப்புவலி தீவிரமாகலாம். மார்பின் கனம் காரணமாகக்கூட இடுப்பு வலி அதிகமாக வாய்ப்பு உண்டு. கூடுமானவரை, சரியான அளவில் உள்ளாடைகளை அணிந் தால் நல்லது.

நிற்கும்போதும் நடக்கும்போதும் முதுகைப் பின்னால் தள்ளாமல் நிமிர்ந்து நடக்க வேண்டும். இதுதான் சரியானது. முடிந்தவரை, அடிவயிற்றுத் தசைகளால் குழந்தையின் எடையைத் தாங்கிக்கொள்ளப் பழகிக்கொண்டால், இடுப்பு வலியைக் குறைக்க முடியும்.

குழந்தையின் எடையைத் தாங்கும்பொருட்டு, அடிவயிற்றுத் தசைகளை இழுத்துப் பிடித்துத் தளர்த்துவதால், குழந்தைக்கு

எந்த ஆபத்தும் ஏற்படாது. ஏனெனில், கர்ப்பப்பையில் இருக்கும் அம்னியாட்டிக் திரவம், குழந்தைக்குப் பாதுகாப்பாக இருக்கும். மேலும், நச்சுக் கொடி மூலம் உணவையும், சுவாசிக்கத் தேவையான ஆக்ஸிஜனையும் எடுத்துக்கொண்டு குழந்தை நன்றாகவே இருக்கும்.

அடிவயிற்றுப்பகுதியில் உள்ள தசைகளைப் பயன்படுத்துவதால், பிரசவத்துக்குப் பிறகு வயிறு மீண்டும் பழைய நிலைமைக்குத் திரும்ப உதவியாக இருக்கும்.

கர்ப்பிணிகள், வயிற்றுப்பகுதியை உள்ளிழுத்து பின் பகுதியை நிமிர்த்தியபடி இருப்பதே சரியான அமைப்பாகும். ஒரு சுவரில் முதுகை ஒட்டிவைத்து நிமிர்ந்து நின்றுகொண்டு பயிற்சி செய்தால், இது சுலபமாகிவிடும். அதுதவிர, நன்கு ஓய்வு எடுத்தாலே இடுப்பு வலி ஓரளவு குறைந்துவிடும். அதேபோல், முதுகுப் பகுதி தரையில் படும்படி படுத்துக் கொண்டு, இடுப்புப் பகுதியில் சிறிய தலையணையை வைத்து, பாதங்கள் தரையில் பதிந்தபடி இருக்க முழங்கால்களை வளைக்கவும். இதனாலும் இடுப்பு வலி குறைய வாய்ப்பு உண்டு.

3. சிறுநீர் பிரச்னைகள்

முதல் மற்றும் மூன்றாவது ட்ரைமெஸ்டர்களில் அடிக்கடி சிறுநீர் கழிக்க நேரிடும். இதற்கு, உடலில் அதிக அளவு சிறுநீர் உற்பத்தியாவதும், விரிவடைந்த கர்ப்பப்பை, சிறு நீர்ப்பையை அழுத்துவதே காரணம். சிலருக்கு, இருமும் போதோ தும்மும் போதோ, சில சமயம் சிரிக்கும்போதோ கூட சிறுநீர் சிறிது வெளியேறலாம். இதற்கு, அடிக்கடி சிறுநீர் கழித்துவிட்டு வருவதுதான் நல்ல தீர்வு. இதற்கென சில உடற்பயிற்சிகள் உள்ளன. தினமும் அவற்றைச் செய்தால், சிறுநீர் வெளியாவதை ஓரளவுக்குக் கட்டுப்படுத்த முடியும். கர்ப்பக் காலத்தில், 'சிறுநீர்த் தோற்று' ஏற்பட அதிக வாய்ப்பு உள்ளது. சிறுநீர் கழிக்கும்போது எரிச்சல் உணர்வு இருந்தால், உடனே டாக்டரைப் பார்த்து சிகிச்சை பெறுவது நல்லது.

4. மலச்சிக்கல்

கர்ப்பக் காலத்தில் ஏறக்குறைய அனைத்துப் பெண்களிடமும் பொதுவாகக் காணக்கூடிய பிரச்னை இது. ஒழுங்கற்ற

உணவுமுறை; உணவில் நார்ச்சத்து உள்ள உணவு வகை களைச் சேர்த்துக்கொள்ளாதது; தண்ணீர் அதிகம் குடிக்காதது; உடற்பயிற்சி செய்யாதது போன்றவற்றால் மலச்சிக்கல் ஏற்படலாம். சில சமயம், இரும்புச் சத்துக்கான மாத்திரை களால்கூட மலச்சிக்கல் வரலாம். கொழுப்பு அதிகம் உள்ள உணவு வகைகளைத் தவிர்த்து கீரை, காய்கறிகள் மற்றும் பழங்களை அதிகம் சேர்த்துக்கொள்ள வேண்டும். அடிக் கடியும் நிறையவும் தண்ணீர் குடித்தால் மலச்சிக்கலை தவிர்க்க முடியும்.

4. காலில் நரம்பு இழுத்துக்கொள்ளுதல்

மூன்றாவது ட்ரைமெஸ்டர் காலத்தில் இந்தப் பிரச்னை ஏற்பட வாய்ப்பு அதிகம். மெதுவான ரத்த ஓட்டம், கால்சி யம், பாஸ்பரஸ், சோடியம் மற்றும் வைட்டமின்-பி குறை பாடுகளால் காலில் நரம்பு இழுத்துக்கொள்வதால் வலி ஏற்படலாம்.

எந்த இடத்தில் நரம்பு இழுத்துக்கொள்கிறதோ அந்த இடத் தில் அழுத்தியதுபோல் தடவிவிட்டால் வலி குறையும். அதேபோல், உடற்பயிற்சி செய்வதால், காலுக்குச் செல்லும் ரத்தம் ஓட்டம் சீரடைந்து வலி குறையும். பால், தயிர், மோர், முள்ளங்கி, காலிஃப்ளவர், வெந்தயக் கீரை, சுண்டல் போன்றவற்றை அதிகம் சாப்பிட்டால், இப்பிரச்னை வராமல் தடுத்துவிட முடியும்.

5. நெஞ்சு எரிச்சல்

சில ஹார்மோன்கள், உணவுக் குழாயின் அடிப்பகுதியை மிருதுவாக்கி இரைப்பையில் சுரக்கும் அமிலத்தை உணவுக் குழாய்க்குள் செல்ல அனுமதிப்பதால் நெஞ்சு எரிச்சல் உண்டாகிறது. இதைத் தவிர்க்க, பால் நிறைய குடிக்கவும். உணவைக்கூட கொஞ்சம் கொஞ்சமாக அடிக்கடி சாப்பிட வும். உணவை நன்கு மென்று சாப்பிடவும். காரம் மற்றும் மசாலா சேர்த்த உணவு வகைகளைத் தவிர்க்கவும்.

6. கை, கால், பாதம், முகம் வீங்குதல்

கர்ப்பக் காலத்தில் மட்டும் சுரக்கும் சில ஹார்மோன்களால் கை, கால், பாதம் மற்றும் முகங்களில் வீக்கம் ஏற்படும்.

அதிகப்படியான நீரை உடல் தேக்கி வைத்துக்கொள்வதால் கர்ப்பிணிகளுக்கு ஏற்படும் பொதுவான பிரச்னை இது. வெப்பமான சீதோஷ்ண நிலையில் இப்பிரச்னை கொஞ்சம் கூடுதலாக இருக்கும். சிலருக்கு, வீக்கம் வந்ததே தெரியாமல் உடனே போய்விடும். உப்பைக் குறைத்து, புரதச் சத்துள்ள உணவுப் பொருள்களைச் சேர்த்துக்கொண்டால் இப்பிரச் னையைத் தவிர்க்கலாம். நீண்ட நேரம் நிற்காமல் இருப்பது நல்லது. மேலும், சேரில் உட்காரும்போது எதிரே ஒரு ஸ்டூல் போட்டு அதன் மீது கால்களைத் தூக்கிவைத்துக் கொள்ளவும்.

7. அரிப்பு

சிலருக்கு மார்பகங்களிலும் அடிவயிற்றிலும் அரிப்பு ஏற்பட லாம். கர்ப்பக் காலத்தில், உடல் உறுப்புகள் விரிவடை வதால், தோலும் விரிவடைகிறது. இந்நிலையில், அதிக வியர்வையும் ஏற்பட்டால் அரிப்பு அதிகமாகும். பெரிய மார்பகங்கள் உள்ள பெண்களுக்கு அரிப்பு அதிகமாக இருக் கும். அரிப்பு அதிகமாக இருக்கும்பட்சத்தில், டாக்டரிடம் காட்டி மருந்து வாங்கித் தடவிக்கொள்ளலாம்.

8. பிறப்பு உறுப்பில் இருந்து திரவம் கசிதல்

பிறப்பு உறுப்பில் இருந்து நிறமற்ற வழுவழுப்பான திரவம் கசியலாம். இது இயற்கையான ஒன்றுதான். பயம் தேவை யில்லை. ஆனால், திரவம் கசியும்போது அரிப்புடன் துர் நாற்றம் இருந்தால் டாக்டரை அணுக வேண்டும்.

9. மூட்டு வலி

கர்ப்பக் காலத்தில் சுரக்கக் கூடிய 'ரிலாக்ஸின்' என்ற ஹார் மோன், மூட்டுப் பகுதிகளை மிருதுவாக்குகிறது. இதனால் கை, கால் மூட்டுகள் மற்றும் இடுப்புப் பகுதிகளில் வலி ஏற்படும்.

10. நிறமிகள்

கர்ப்பக் காலத்தில், சில உடல் பாகங்கள் இயல்பான நிறத்தில் இருந்து அடர் நிறமாவதற்கு வாய்ப்புகள் உண்டு. மார்புக் காம்பு மற்றும் அதைச் சுற்றியுள்ள பகுதி மற்றும் தொப்பு ளுக்குக் கீழே தொடங்கி பிறப்பு உறுப்பு வரையிலான

பகுதியும் அடர் நிறமாக மாறும். முகத்தில் ஒரு பகுதிகூட அடர் நிறமாக மாறலாம். கர்ப்பக் காலத்தில் சுரக்கும் ஒருவகை ஹார்மோனால் இம்மாற்றம் ஏற்படுகிறது. பெரும்பாலும், பிரசவத்துக்குப் பிறகு இந்த அடர் நிறம் போய் பழைய நிறம் வந்துவிடும். அதனால், கவலைப்படத் தேவையில்லை.

11. வெள்ளைக் கோடுகள்

நம் தோல், இழுவைத்தன்மையுள்ள (Elastic) மற்றும் இழுவைத்தன்மை இல்லாத தசை நார்களால் ஆனது. கர்ப்பக் காலத்தில் உடல் பாகங்கள் குறிப்பாக வயிற்றுப் பகுதி வரி வடைவதால், தசை நார்கள் இழுக்கப்படுகின்றன. அப் போது, இழுவைத்தன்மை இல்லாத தசை நார்கள் உடைபடு வதால் இத்தகைய வெள்ளைக்கோடுகள் (Stretch Marks) ஏற்படுகின்றன. தொடக்கத்தில் இவை மெல்லிய கோடுகள் போலத் தோன்றும். பிரசவத்துக்குப் பிறகு இவை, பழுப்பு நிறத்தில் நிறைய இருப்பதுபோல் தோன்றும்.

உடலில் நீர்ச்சத்து குறைந்தாலும், எடை அதிகரித்தாலும் இக்கோடுகள் தோன்றும். இழுவைத்தன்மை உள்ள தசை நார்களின் சதவீதம் ஒவ்வொருவருக்கும் வித்தியாசப்படும். அதனால், சிலருக்கு இந்த வெள்ளைக்கோடுகள் அதிகமாக வும் சிலருக்குக் குறைவாகவும் உருவாகலாம்.

இதுவரை நாம் பார்த்தது, உடல் ரீதியாக ஏற்படக் கூடிய மாற்றங்கள். அடுத்து, மன ரீதியாக என்னென்ன மாற்றங்கள் ஏற்படக் கூடும் என்பதைப் பார்ப்போம்.

II.மனரீதியான மாற்றங்கள்:

பொதுவாக மாதவிலக்கு, கர்ப்பம், பிரசவம் போன்ற சமயங் களில் எளிதில் உணர்ச்சிவசப்படக் கூடிய மன நிலையில்தான் எந்த ஒரு பெண்ணும் இருப்பாள். இத்தகைய நிலைமைக்கு, ஹார்மோன்கள் சுரப்பதில் ஏற்படும் ஏற்ற, இறக்கங்கள்தான் முக்கியக் காரணம்.

உணர்ச்சிவசப்பட்ட நிலையில், பார்க்கும் வேலைகளில் கவனம் செலுத்த முடியாமல் போகும். சில சமயம், பிறக்கப் போகும் குழந்தையை (முதல் குழந்தையாக இருந்தால்)

எப்படி வளர்த்து ஆளாக்கப் போகிறோம் என்று மனத்தில் ஒருவித 'அவநம்பிக்கையான எண்ணங்கள்' தோன்றலாம்.

சிலருக்கு அது தேவையற்ற கர்ப்பமாக இருக்கலாம். சிலருக்கு, உடலில் ஏற்படும் மாற்றங்களை ஏற்றுக்கொள்ள முடியாமல் போகலாம். மனத்தில் ஒருவித பயம் ஏற்படலாம். சிலருக்குப் பொருளாதார ரீதியாகப் பிரச்னைகள் இருக்கலாம். அதனால், மனச்சோர்வோ, மன அழுத்தமோ ஏற்படலாம்.

பிரசவத்துக்குப் பிறகு தாயையும் குழந்தையையும் பராமரிப்பதில் குடும்பத்தினரிடையே பிரச்னைகள் ஏற்படலாம். சிலர், ஆண் குழந்தை அல்லது பெண் குழந்தை வேண்டும் என்று ஆசை வைத்திருப்பார்கள். அதனாலும், பதற்றம் ஏற்படலாம்.

மிகவும் கவனத்துடன் இருக்க வேண்டும் என்று எல்லோரும் சொல்லி இருப்பார்கள். அதனால், தான் செய்யும் ஏதாவது ஒரு வேலையால் குழந்தைக்கு ஏதாவது பாதிப்பு வந்து விடுமோ என்ற அதீத எச்சரிக்கைத்தன்மையால் பதற்றம் கூடுதலாக இருக்கலாம்.

குடும்பத்திலோ அல்லது நண்பர்கள் வீடுகளில் நேர்ந்த பிரசவ அனுபவங்களைக் கேட்டு பயந்துபோயிருக்கலாம். சரியான தூக்கமின்மை, பசியின்மை, எரிச்சல், கவலை, பதற்றம் போன்ற பலவிதமான உணர்வுகளுக்கும் ஆளாக லாம். இவை, பிரசவத்துக்குப் பிறகும் தொடரலாம்.

ஆகவே, கர்ப்பிணிகளுக்கு குறிப்பாக முதன்முறையாகக் குழந்தை பெறப்போகும் பெண்களுக்கு பிரசவம் பற்றியும், தாய்மை பற்றியும், பிரசவத்துக்குப் பிறகு குழந்தையைப் பராமரிப்பது எப்படி என்பது பற்றியும் தெளிவாக எடுத்துச் சொல்ல வேண்டும். அதுபற்றிய கல்வி அறிவும் முன்னதாக அளிக்கப்பட வேண்டும்.

உடல் ரீதியான மாற்றங்கள், மன ரீதியான மாற்றங்கள் எல்லாம் பார்த்துவிட்டோம். அடுத்து, கர்ப்பக் காலத்தில் ஒரு தாய் எப்போதெல்லாம் டாக்டரிடம் சென்று பரிசோதனை செய்துகொள்ள வேண்டும் என்பது முக்கியமில்லையா? வாருங்கள் தெரிந்துகொள்வோம்.

பாதுகாப்புக்கு சில பரிசோதனைகள்

கர்ப்பம் உறுதிப்படுத்தப்பட்ட உடனேயே, மகப்பேறு டாக்டரிடம் சென்றால் அவர் எந்தெந்த மாதங்களில் எத்தனை முறை பரிசோதனைக்கு வர வேண்டும், என்னென்ன தடுப்பு ஊசிகளைப் போட்டுக் கொள்ள வேண்டும் என்பது போன்ற பல முக்கியமானத் தகவல்களைத் தெரிவிப் பார். இதனால், தாய் மற்றும் குழந்தையின் ஆரோக்கியம் பாதுகாக்கப்படுகிறது.

டாக்டர் சொன்னபடி தொடர்ந்து பரி சோதனை செய்துகொள்வதன் மூலம், உங்களை டாக்டரும், டாக்டரை நீங்களும் புரிந்துகொள்ள முடியும்.

பொதுவாக, கர்ப்பம் உறுதிப்படுத்தப் பட்ட பிறகு, ஆறு மாதங்கள் வரை மாதம் ஒருமுறையும், ஏழாவது மற்றும் எட்டா வது மாதங்களில் பதினைந்து நாள்களுக்கு ஒருமுறையும், ஒன்பதாவது மாதத்தில்

5

வாரம் ஒருமுறையும் டாக்டரிடம் செல்லவேண்டி இருக்கும்.

இடைப்பட்ட காலத்தில், தாய்க்கோ குழந்தைக்கோ ஏதாவது பிரச்னை இருந்தால், டாக்டரிடம் உடனே சென்று பரி சோதனை செய்துகொள்ள வேண்டும். போன வாரம் தானே டாக்டரிடம் போனோம் அல்லது அடுத்த வாரம்தானே டாக்ட ரிடம் போக வேண்டும் என்று மெத்தனமாக இருந்துவிடக் கூடாது.

பரிசோதனைக்காக முதன்முறையாக டாக்டரிடம் செல்லும் போது, அவர் உங்களிடம் சில கேள்விகளைக் கேட்பார்.

கடைசியாக மாதவிலக்கு ஏற்பட்டது எப்போது? இதற்கு முன் கருக்கலைப்பு, கர்ப்பம், பிரசவம் ஏற்பட்டிருந்தால் அதுபற்றியும், நோய்த்தொற்று, அலர்ஜி, அறுவை சிகிச்சை பற்றியும் உங்களிடம் கேட்டுத் தகவல்களைப் பெறலாம். கேள்விகளுக்கான சரியான தகவல்களைச் சொல்வது உங்க ளுக்குத்தான் நல்லது. மேலும் ரத்தம் அழுத்தம், நீரிழிவு, இதய நோய், ஆஸ்துமோ போன்ற பிரச்னைகள் இருக்கிறதா என்றும் டாக்டர் கேட்பார். நீங்கள் வேறு எதற்காவது மருந்து, மாத்திரைகள் சாப்பிடுபவதாக இருந்தால் அதைப்பற்றியும் டாக்டரிடம் சொல்ல வேண்டும்.

இன்னொரு முக்கியமான விஷயம், கணவரின் உடல் நிலை மற்றும் குடும்பத்தில் பரம்பரை பரம்பரையாக ஏதாவது நோய்த்தாக்கம் இருந்தால் அவற்றைப் பற்றி மறைக்காமல் சொல்லிவிடுவது நல்லது.

ரத்தம் மற்றும் சிறுநீர்ப் பரிசோதனை

உங்களிடம் பேசிய பிறகு உங்களை டாக்டர் பரிசோதனை செய்வார். முதலில் உங்களுடைய எடையும், ரத்த அழுத்தமும் கட்டுப்பாட்டுக்குள் (Normal) இருக்கிறதா என்பதைத் தெரிந்துகொள்வார். பிறகு, வயிறு அல்லது பிறப்பு உறுப்பு வழியாக கர்ப்பப்பையைத் தொட்டுப் பார்த்து கர்ப்பத்தையும், அதன் அளவையும் உறுதிப் படுத்திக் கொள்வார். சிலர் இதற்கு, அல்ட்ரா சவுண்ட் ஸ்கேன் எடுக்கச் சொல்லலாம்.

சிறுநீர்ப் பரிசோதனை செய்யச் சொல்லி, அந்த ரிசல்ட்டைப் பார்த்து சர்க்கரை, புரதம் மற்றும் நோய்த்தொற்று பற்றி தெரிந்துகொள்வார்.

ரத்தப் பரிசோதனை மூலம், உங்களுக்கு ரத்தசோகை இருக்கிறதா இல்லையா என்பதைத் தெரிந்துகொள்வார். மேலும், உங்களுடைய ரத்தப் பிரிவு என்ன? ரத்தத்தின் Rh factor என்ன என்பதையும் தெரிந்துகொள்வார். தவிர, ரத்தத்தில் உள்ள சர்க்கரையின் அளவு, ஹெபடைடிஸ்-பி, ஸிபிலிஸ் மற்றும் ஹெச்.ஐ.வி. போன்ற கிருமிகள் உள்ளதா என்பதையும் அவர் தெரிந்துகொள்வார்.

சிலருக்கு ரத்த அழுத்தம் அதிகமாக இருக்கும். அப்போது, சிறுநீரகத்தின் செயல்திறனைத் தெரிந்துகொள்ள, ரத்த யூரியா, நைட்ரஜன் மற்றும் ஸீரம் சோதனைகளை மேற்கொள்ள வேண்டி இருக்கும்.

மாதவிலக்கு தள்ளிப்போன ஆறு வாரங்களில் அல்ட்ரா சவுண்ட் ஸ்கேன் செய்துபார்த்தால், கரு எங்கே உருவாகி இருக்கிறது என்பதைத் தெரிந்துகொள்ள முடியும். கர்ப்பப் பைக்கு வெளியேவா அல்லது கர்ப்பப்பைக்குள்ளேயா என்பதையும், ஒரு குழந்தையா அல்லது ஒன்றுக்கு மேற்பட்ட (Multiple Pregnancy) குழந்தைகளா என்பதையும் தெரிந்து கொள்ளலாம். மேலும், ஒழுங்கற்ற மாதவிலக்கு உள்ளவர் களுக்குக் கர்ப்பத்தை உறுதிப்படுத்திக்கொள்ளவும் இந்த அல்ட்ரா சவுண்ட் ஸ்கேன் பரிசோதனை மிகவும் பயன்படும்.

தற்காப்பு

உணவு முறையைப் பொறுத்து, கர்ப்பிணி யின் எடை கூடவோ குறையவோ நேர லாம். சரியான ஊட்டச்சத்து இல்லை என் றாலோ, வாந்தி அதிகமாக இருந்தாலோ பெண்ணின் எடை குறையும்.

பொதுவாக, கர்ப்பக் காலத்தில் பெண்ணின் எடை பதினோரு கிலோ வரை அதிகரிக்கக் கூடும். முதல் மூன்று மாதங்களில் ஒரு கிலோ அதிகரிக்கும். இரண்டாவது ட்ரை மெஸ்டரில் ஐந்து கிலோவும், மூன்றாவது ட்ரைமெஸ்டரில் ஐந்து கிலோவும் அதி கரிக்கும். கை, கால் மற்றும் முகத்தில் வீக்கம் ஏற்படுவதால், எடை கொஞ்சம் கூடும். அதனால் பயம் வேண்டாம்.

தடுப்பூசிகள்:

கர்ப்பக் காலத்தில், பாக்டீரியா மற்றும் வைரஸ் கிருமிகளால் தாய்க்கு பாதிப்பு

ஏற்படலாம். அதன் தாக்கம், குழந்தையையும் பாதிக்கலாம். இதனால், பிறவிக் குறைபாடுகள் மூளை, இதயம், கல்லீரல் மற்றும் கண்களில் குறைபாடு போன்றவை ஏற்படலாம்.

மேலும், நச்சுக்கொடியில் நோய்த்தொற்று ஏற்பட்டால் குழந்தைக்கான ஊட்டச்சத்து மற்றும் ஆக்ஸிஜன் அளவு களில் தடை ஏற்பட்டு, குழந்தையின் வளர்ச்சி மட்டுப் படலாம்.

ஆகவே, மேற்கண்ட பிரச்னைகளில் இருந்து முன்கூட்டியே தற்காத்துக்கொள்ள, கர்ப்பத்து முன்போ அல்லது கர்ப்பக் காலத்திலோ அல்லது பருவ வயதிலேயோகூட தடுப்பூசிகள் போட்டுக்கொள்ளும்படி டாக்டர்கள் வலியுறுத்தலாம்.

பொதுவான சில நோய்களுக்காக, குழந்தைப் பருவத்தி லேயே சில தடுப்பூசிகள் போடப்பட்டிருக்கலாம். அதே தடுப் பூசிகளை பருவ வயதிலும் போட்டுக்கொள்ளலாம். பருவ வயதில் உள்ள பெண்ணுக்கு ரூபெல்லா தடுப்பூசி மிகவும் முக்கியமான ஒன்று.

ரூபெல்லா அல்லது ஜெர்மன் மீஸில்ஸ் (Rubella or German Measles) தாக்கத்தால் அரிப்பு, கொப்புளங்கள், காய்ச்சல், தொண்டைப்புண் போன்ற அறிகுறிகள் தோன்றலாம். கர்ப்பத்தின் முதல் மூன்று மாதங்களில், தாய்க்கு ரூபெல்லா தாக்கினால், குழந்தையின் மூளை, இதயம் போன்ற உறுப்புகள் பாதிப்படக் கூடும். எனவே, பருவ வயதிலேயே இந்தத் தடுப்பூசியைப் பெண்கள் போட்டுக்கொள்வது நல்லது.

கர்ப்பக் காலத்தில் (முதல் ட்ரைமெஸ்டரில்) நிமோனியா, மூளை மற்றும் கல்லீரலில் நோய்த்தொற்று, பெரியம்மை போன்றவற்றால் தாய் பாதிக்கப்படும்போது, குழந்தைக்குப் பிறவிக்கோளாறு ஏற்பட வாய்ப்புகள் அதிகம். சில சமயங்களில், கர்ப்பம் கலைந்துவிடவும் வாய்ப்பு உண்டு. இப்போது, பெரியம்மைக்குத் தடுப்பூசி பரிந்துரைக்கப் படுகிறது.

மேலும் ஹெபடைடிஸ்-பி, டைபாய்டு போன்றவற்றுக்கு தடுப்பூசி போட்டுக்கொண்ட பருவ வயதில் உள்ளவர்கள் முதல் கர்ப்பம் தரிக்கக் காத்திருக்கும் பெண்கள் வரை

அனைவரும், ஊசி போட்டுக்கொண்ட மூன்று மாதங் களுக்குப் பிறகே கருத்தரிக்க வேண்டும்.

கர்ப்பக் காலத்தில், டெட்டனஸ் டாக்ஸாய்டு (Tetanus Toxoid) என்ற தடுப்பூசி மட்டுமே போட்டுக்கொள்ளக் கூடியது. சுகாதாரமற்ற நிலையில் அல்லது இடத்தில் பிரசவம் நடை பெறும்போது, நோய்த்தொற்றுகளில் இருந்து தாயைப் பாது காப்பதில் இந்த தடுப்பூசி பெரிதும் பயன்படும்.

(திருமணம் ஆகி இன்னும் கர்ப்பம் ஆகவில்லை என்றாலும், ரூபெல்லா, பெரியம்மை போன்றவற்றுக்கான தடுப்பூசி களை உடனே போட்டுக்கொள்வது நல்லது).

கர்ப்பக் காலத்தில் மட்டும் போட்டுக்கொள்ளக் கூடிய தடுப்பூசிகள்:

டைபாய்டு-பி, ஹெபடைடிஸ்-பி, மெனிங்கோகோகஸ் (Meningococus), மஞ்சள்காமாலை.

கர்ப்பக் காலத்தில் தவிர்க்கப்பட வேண்டிய தடுப்பூசிகள்:

போலியோமையிலிடிஸ் (Poliomyelitis), ரூபெல்லா, பெரியம்மை, எம்எம்ஆர் (MMR), டைபாய்டு.

கர்ப்பக் காலத்தில் போட்டுக்கொண்டால் பாதிக்காத தடுப்பூசிகள்:

டெட்டனஸ், ரேபீஸ். (டெட்டனஸ் தடுப்பூசி போட்டுக்கொள்வதால், தாயும் குழந்தையும் டெட்டனஸ் பாதிப்பில் இருந்து காப்பாற்றப்படுவார்கள்).

உற்சாகம் தரும் உடல் பராமரிப்பு

கர்ப்பக் காலத்தில், மனத்தில் எந்தவித கவலைகளும் இல்லாமல் சந்தோஷமாக இருக்க வேண்டும். அது, பிறக்கப்போகும் குழந்தைக்கும் நல்லது. பிரசவிக்கப் போகும் தாய்க்கும் நல்லது. மனத்தைப் போலவே, உடலையும் எந்தவித கஷ்டத் துக்கும் ஆளாக்காமல் வைத்துக்கொள்ள வேண்டும். அதன்படி, உடலை எப்படிப் பராமரிப்பது என்பதைப் பார்ப்போம்.

தோல் பராமரிப்பு

சிலருக்குத் தோல் உலர்ந்து சிவந்து அரிக் கும். மிகச் சிலருக்கு, கன்னத்தின் தசைகள் பழுப்பு நிறமாக மாறக் கூடும். எண்ணெய்ப் பசையான சருமம் உள்ளவர்களுக்கு, அந்தத் தன்மை மேலும் அதிகரிக்கும். ஆனால், பிரசவத்துக்குப் பிறகு, தோல் இயல்பு நிலைக்குத் திரும்பிவிடும். தோல் பிரச்னைகளில் இருந்து காத்துக்கொள்ள,

7

சூரியக் கதிர்களின் நேரடித் தாக்கத்தில் இருப்பதைத் தவிர்க்கவும். அடிக்கடி முகத்தைக் குளிந்த நீரில் கழுவி சுத்தமாக வைத்திருக்கவும். வைட்டமின்-இ அடங்கிய பசைகளை உபயோகித்தால், தோல் உலராது.

முடி பராமரிப்பு

கர்ப்பக் காலத்தில் தலைமுடியின் 'கால்கள்' வலுவிழந்த நிலையில் இருக்கும். அதனால், சாயம் போடுவதைத் தவிர்க்கவும். தரமுள்ள ஷாம்பூவைப் பயன்படுத்தவும். பொதுவாக, தினமும் நிறைய முடி கொட்டிக்கொண்டிருப்ப வருக்குக்கூட கர்ப்பக் காலத்தில் முடி நன்றாக வளரும். கூடுமானவரை, ரசாயனப் பொருள்கள் கலந்த முக அழகுப் பொருள்கள், எண்ணெய், தலைச்சாயம் போன்றவற்றைப் பயன்படுத்துவதைத் தவிர்க்கவும். ஏனெனில், இப்பொருள் களில் இருக்கும் நச்சுப்பொருள், தாயின் ரத்தத்தில் கலந்து நச்சுக்கொடி மூலம் குழந்தையைத் தாக்கக் கூடும்.

பல் பராமரிப்பு

இக்காலத்தில் ஈறுகள் எளிதில் நோய்த்தொற்றுக்கு ஆளாகும். ஈறுகள் வீங்கி, அதில் இருந்து ரத்தம் வெளியேறலாம். பல்லுக்குள் ஆபத்து நேரலாம். அதனால், பற்களை நன்கு பராமரிக்க வேண்டும். ஒவ்வொரு முறை சாப்பிட்ட பிறகும் வாயை நன்கு கழுவ வேண்டும். வைட்டமின்-சி, கால்சியம் சத்து அதிகம் உள்ள உணவுப் பொருள்களைச் சேர்த்துக் கொண்டால், ஈறுகள் பலப்படும். கர்ப்பம் அடைவதற்கு முன், பல் மருத்துவரிடம் சென்று ஆலோசனை பெறுவது நல்லது.

நகப் பராமரிப்பு

கர்ப்பக் காலத்தில் நகம் வேகமாக வளரும். எளிதில் உடையக் கூடியதாகவும் இருக்கும். சிலருக்கு, நகம் கடின மானதாக மாறிவிடும். இரவு படுக்கப்போகும்போது, நகக் கண்களில் எண்ணெய் மசாஜ் செய்தால் பலன் கிடைக்கும்.

கால்கள்-பாதங்கள் பராமரிப்பு

சில ஹார்மோன்கள் செயல்பாடுகளில் ஏற்ற இறக்கம் மற்றும் கர்ப்பப்பையின் அழுத்தம் காரணமாக, கால்களில்

உள்ள நரம்புகள் சுருட்டி இழுத்துக்கொண்டு வலிக்கலாம் (Varicose Veins). இதனால் பாதங்கள் வீங்கலாம். இதைத் தவிர்க்க, ஹீல்ஸ் அதிகம் உள்ள காலணிகளை அணியக் கூடாது. அதிக நேரம் நிற்கக் கூடாது. உங்கள் உடல் எடை முழுவதையும் தாங்குவதால், கால்களுக்கு அவ்வப்போது ஓய்வு கொடுத்து பராமரிக்க வேண்டும்.

உடைகள்

கர்ப்பம் காரணமாக உடல் பருமன் சற்றே அதிகரிப்பது இயல்புதான். அதனால், வழக்கமாக நீங்கள் அணியும் உடை களை அணிவது கஷ்டமாக இருக்கும். அதேநேரத்தில், அந்த உடைகளை முழுவதுமாக 'தியாகம்' செய்ய வேண்டிய அவசியமும் இல்லை. அந்த உடைகளில் சில மாற்றங்கள் செய்து உங்கள் வசதிக்கு அவற்றை அணிந்துகொள்ளலாம். கூடுமானவரை, அணியும் உடைகள், இடுப்பை அதிகம் இறுக்காமல் பார்த்துக்கொள்ளவும். வழக்கத்தைவிட, கொஞ் சம் பெரிய அளவிலான உள்ளாடைகளை அணிந்தால் நல்லது. உடை எதுவாக இருந்தாலும், அது பருத்தி (காட் டன்) உடையாக இருப்பது நல்லது.

உடற்பயிற்சி

கர்ப்பக் காலத்தில், உடற்பயிற்சி செய்வது மிகவும் நல்லது. உடல் எடை அபாயகரமாக அதிகரிப்பதைத் தவிர்க்கவும், பிரசவம் எளிதாக நடைபெறவும் இது உதவியாக இருக்கும். கர்ப்பக் காலத்தில் துரித நடைப்பயிற்சி மிகவும் நல்லது. மேலும், அடிவயிற்றுத் தசைகளை இறுக்கிப் பிடித்து தளர்த்தும் பயிற்சியைச் செய்தால், பிரசவ நேரத்தில் குழந்தை வெளியேறுவது சுலபமாகும்.

உடற்பயிற்சியோடு, மூச்சுப்பயிற்சியும் செய்தால் மிகவும் நல்லது. இது, கர்ப்பக் காலத்தில் ஏற்படும் தேவையில்லாத பதற்றத்தைக் குறைக்கும். ஓய்வாக இருக்கும்போது, மித மான சத்தத்தில், நல்ல இசையைக் கேட்பது மனத்துக்கு அமைதியையும் சந்தோஷத்தையும் கொடுக்கும். அது, குழந்தைக்கும் நல்லது.

தாயின் உணர்வுகள், இதயத் துடிப்பின் அதிர்வலைகள் போன்றவை, குழந்தையைப் பாதிக்கக்கூடியவை. அதனால்,

தாய் எப்போதும் உற்சாகமாகவும் அமைதியாகவும் சந்தோஷ மாகவும் நல்ல எண்ணங்களுடனும் இருக்க வேண்டும்.

கர்ப்பமும் மருந்துகளும்

கர்ப்பக் காலத்தில் சாப்பிடும் மருந்து, மாத்திரைகள் எல்லாம், நச்சுக்கொடியின் மூலம் குழந்தையைச் சென்றடைகின்றன. அதனால், டாக்டரின் ஆலோசனை இல்லாமல் அவற்றைச் சாப்பிடக் கூடாது.

பொதுவாக, கர்ப்பக் காலத்தில் இரும்புச்சத்து மற்றும் வைட்டமின் சத்துகள் அடங்கிய மருந்து, மாத்திரைகளைக் கொடுப்பது வழக்கம். கால்சியம், ஃபோலிக் ஆசிட் அடங் கிய மருந்து, மாத்திரைகளை கர்ப்பம் அடைவதற்கு முன் பிருந்தே சாப்பிடுவது நல்லது. கர்ப்பக் காலத்தில் வைட்ட மின்-பி, வைட்டமின்-வி, மெக்னீசியம், துத்தநாகம் சத்துகள் தேவைப்படும். இந்தச் சத்துகள் உள்ள மருந்து, மாத்திரை களை டாக்டரே பரிந்துரைப்பார். புற்றுநோய் மருந்துகள், ஸ்டிராய்டு, ஹார்மோன் மருந்துகள் மற்றும் எக்ஸ்-ரே கதிர் களால் குழந்தைக்குப் பாதிப்பை ஏற்படுத்தக் கூடியவை. அதனால், மிகவும் எச்சரிக்கையாக இருப்பதுடன், டாக்டரின் ஆலோசனை மற்றும் பரிந்துரையின் பேரில் மட்டுமே மருந்து, மாத்திரைகளைச் சாப்பிட வேண்டும்.

ஒரு பை! பல கரு

கர்ப்பம் உறுதி செய்யப்பட்ட பிறகு, கர்ப்பப்பையை அல்ட்ரா சவுண்ட் ஸ்கேன் மூலம் பரிசோதனை செய்வது முக்கியம். இந்தப் பரிசோதனை எந்த அளவுக்கு முக்கியமான ஒன்று என்றால், கர்ப்பப்பையில் எத்தனை கருக்கள் (குழந்தைகள்), ஒன்றா அல்லது ஒன்றுக்கு மேற்பட்ட கருக்கள் உருவாகியிருக்கின்றனவா என்பதைத் தெரிந்துகொள்ள முடியும்.

ஒன்றுக்கு மேற்பட்ட கருக்கள் இருந்தால், அதை 'பல கர்ப்பம்' (Multiple Pregnancy) என்று சொல்வார்கள். பல கர்ப்பம் என்பது, இரண்டாகவோ, மூன்றாகவோ, நான் காகவோ ஏன், ஐந்து குழந்தைகளாகவோ கூட இருக்கலாம்.

பொதுவாக, பல கர்ப்பத்தில் இரட்டைக் குழந்தைகள்தான் அதிகமாக இருக்கும். இந்த இரட்டைக் குழந்தைகளில் இரண்டு வகை உண்டு. அவை :

8

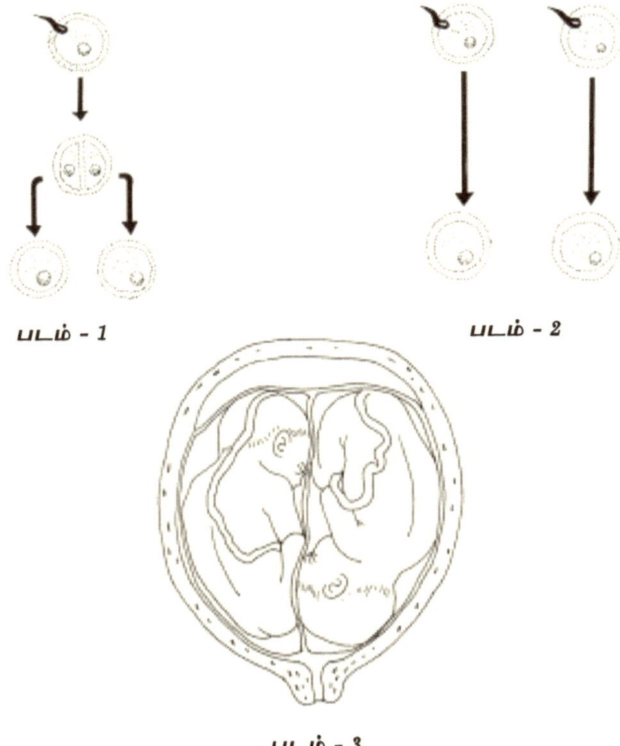

படம் - 1

படம் - 2

படம் - 3

1. ஒரே மாதிரியான இரட்டையர்கள் (Identical Twins)

ஒரு கருமுட்டை ஒரு விந்தணுவுடன் இணைந்து, இரண் டாகப் பிரிந்து தனித்தனியாக வளர்ந்தால், ஒரே மாதிரி யான இரட்டைக் குழந்தைகள் பிறக்கும். இந்த இரட்டைக் குழந்தைகள் பெரும்பாலும் ஒரே பாலினத்தைச் (ஆண் - ஆண் அல்லது பெண் - பெண்) சேர்ந்ததாகவே இருக்கும். இந்த வகை இரட்டைக் குழந்தைகள் பிறப்பதற்கும் பரம்பரைக்கும் எந்தத் தொடர்பும் கிடையாது.

படம் 1: ஒரு கருமுட்டையுடன் ஒரு விந்தணு இணைந்து இரண்டாகப் பிரிந்து கருக்கள் உருவாவது.

படம் 2: இரண்டு தனித்தனி கருமுட்டைகளுடன் இரண்டு தனித்தனி விந்தணுக்கள் இணைந்து கருக்கள் உருவாவது.

படம் 3: கர்ப்பப்பையில் இரண்டு கருக்கள்.

2. மாறுபட்ட இரட்டையர்கள் (Fraternal Twins)

ஒரு மாதவிலக்கின்போது, கருவகத்தில் இருந்து ஒரே நேரத்தில் இரண்டு கருமுட்டைகள் வெளியாகி அவை இரண்டும், இரண்டு தனித்தனி விந்தணுக்களுடன் இணைந்து இரு கருக்கள் உருவாகின்றன. இதனால், இரண்டு குழந்தைகளும் ஒரே மாதிரியாகவோ அல்லது ஒரே பாலினத்தைச் சேர்ந்ததாகவோ இருக்க வேண்டும் என்ற கட்டாயம் இல்லை.

பொதுவாக, வயது முதிர்ந்த பெண்கள்; இரட்டையர்களைக் கொண்ட குடும்பத்தில் இருந்து வந்த பெண்கள்; கருத்தரிப் பதற்காக நீண்ட காலமாக மருந்து சாப்பிட்டு பிறகு கருத் தரித்த பெண்களுக்கு இப்படி இரட்டைக் குழந்தைகள் பிறக்க அதிக வாய்ப்பு உண்டு.

பல கர்ப்பத்தால் தாய்க்கு ஏற்படும் சிக்கல்கள்

ஒன்றுக்கு மேற்பட்ட குழந்தைகளைச் சுமக்கும் தாயின் எடை அதிகமாகக் கூடும். இதனால், அதிகப்படியான களைப்பும், வாந்தியும் ஏற்படும். பல கர்ப்பத்தின் தொடக்கத்தில், கருக்கள் கலைந்துவிடுவதற்கான வாய்ப்புகள் அதிகம். ஒரு குழந்தையைச் சுமக்கும் தாயைக் காட்டிலும், இவர்களுக்கு மலச்சிக்கல், நெஞ்சு எரிச்சல், ரத்தசோகை போன்றவற்றின் தாக்கம் அதிகமாக இருக்கும். நீரிழிவு, ரத்த அழுத்தம் போன்றவையும் வரக் கூடும்.

அதனால், ஓய்வு மிக மிக அவசியம். குழந்தைகள் வளர வளர, ஓய்வு எடுக்க முடியாத சூழ்நிலைகூட ஏற்படலாம். 20 முதல் 24-வது வாரங்களில் வயிறு நிறைந்துவிட்டதுபோல் தோன்றும். அதனால், அதிகமாகச் சாப்பிட முடியாது. அப் படிப்பட்ட சமயங்களில், சத்தான உணவைச் சாப்பிட்டால் போதும்.

கர்ப்பக் காலத்தில், டாக்டரிடம் அடிக்கடி சென்று பரி சோதனை செய்துகொள்வது நல்லது. சில சமயங்களில், உடல்நிலை மோசமானாலோ அல்லது கருக்கள் கலைந்து விடக் கூடிய அபாயம் இருந்தாலோ, மருத்துவமனையில் சேர்ந்து, டாக்டரின் நேரடிக் கண்காணிப்பில் இருப்பது மிகவும் நல்லது.

கலையும் கனவுகள்

கர்ப்பம் என்பது பெண்ணின் உடலில் ஏற்படக்கூடிய இயற்கையான நிகழ்வுதான் என்றாலும், அந்தப் பெண்ணின் (தாய்) உடல்நிலையில் ஏற்படும் பாதிப்புகளால், சில சமயம் கரு வளர முடியாமல் அழிந்து விடுவது அல்லது கலைந்துவிடுவது உண்டு. இதை, கரு கலைதல் (Abortion) என்கிறோம்.

பொதுவாக, ஐந்து மாதத்துக்குள் கர்ப்பப் பையிலேயே ஒரு கரு அழிந்துபோவது அல்லது கலைந்துவிடுவதைத்தான் கரு கலைதல் என்கிறோம். ஐந்து மாதத்துக்குப் பிறகு பிரசவத்தின்போதோ அல்லது கர்ப்பத்தின் கடைசிக் காலத்திலோ ஒரு கரு இறந்து விடுவது அல்லது கலைந்துவிடுவதை 'ஸ்டில்பர்த்' (Stillbirth) என்று சொல்கிறோம்.

கரு கலைவதற்கான காரணங்கள்:

இயற்கையாகவே, உருவான சில கருக்கள் தொடர்ந்து வளர முடியாமல் போகிறது.

இதற்கு, தாயின் உடல்நிலை, இணைக்கரு, கருவின் அமைப்பு போன்றவை காரணமாக இருக்கலாம்.

சில சமயங்களில், ஜீன்கள் மற்றும் குரோமோசோம்களின் அசாதாரணத் தன்மையினாலும்கூட கரு கலைந்து போக லாம். இப்படி அசாதாரண நிலையில் ஒரு குழந்தை பிறப் பதைத் தடுக்கும்பொருட்டு, கருவை மேலும் வளரவிடாமல், 'கலைந்துவிடுதல்' அல்லது 'அழிந்துபோதல்' என்ற ஒரு நட வடிக்கையை இயற்கையே மேற்கொள்கிறது. ஒரே சமயத் தில் ஒன்றுக்கும் மேற்பட்ட கருக்கள் உருவாகும் பட்சத்தில் அவை கலைந்துவிடுவதற்கான வாய்ப்புகள் அதிகம்.

பல்வேறு வகையான நோய்த் தொற்றுகள், உடலுறவால் ஏற்பட்ட நோய்கள், சிறுநீர் பாதையில் ஏற்படும் தொற்று, அதிக வெள்ளைப்படுதல் போன்றவற்றாலும் கரு கலைந்து போகலாம். நீரிழிவு உள்ள பெண்களுக்குக் கரு கலைந்து போவதற்கான வாய்ப்புகள் மிக அதிகம்.

அதேநேரத்தில், கரு கலைந்துவிடும்போது கவலைப் படாமல், அடுத்து நிலைத்த கர்ப்பம் ஏற்பட இயற்கையே வழிவகுக்கும் என்று நினைத்து நிம்மதியாக இருக்கலாம்.

சிலருக்குப் பிறவியிலேயே கர்ப்பப்பை அசாதாரண வடிவத்திலும், இரண்டு கர்ப்பப்பை இருப்பது போன்றும் இருக்கலாம். மேலும் சிலருக்கு, கர்ப்பப்பையில் கட்டிகள் இருக்கும். இவற்றாலும் கரு கலைவதற்கு வாய்ப்புகள் உண்டு. ஒரு சிலருக்கு, முன்னதாக எப்போதாவது கருக் கலைப்பு செய்யப்பட்டிருந்தாலோ (கர்ப்பப்பை சுத்தப் படுத்தப்பட்டிருந்தால் - D & C), முந்தைய பிரசவத்தின் போது அறுவைச் சிகிச்சை மூலம் கர்ப்பப்பையின் வாய்ப் பகுதி கிழிக்கப்பட்டிருந்தாலோ கரு தங்குவதற்கு வாய்ப்பு கள் மிகவும் குறைவு.

கர்ப்பக் காலத்தில், விபத்தின்போது அடிவயிற்றில் அடி பட்டால் கரு கலைந்துவிட வாய்ப்பு உண்டு. மேலும், ஹார்மோன்களின் ஒழுங்கற்ற செயல்பாடு, ஹார்மோன் கள் குறைபாடு மற்றும் தைராய்டு சுரப்பியின் ஒழுங்கற்ற செயல்பாடு போன்றவற்றாலும் கரு கலைய வாய்ப்பு உள்ளது.

கரு கலைவதன் அறிகுறிகள்

மிக முக்கிய அறிகுறியாக, பிறப்பு உறுப்பில் இருந்து ரத்தம் கசியத் தொடங்கும். கசிவு என்பது சிறு துளியாகத் தொடங்கி அதிகமாகும். கரு கலைவதைத் தடுக்க ஓய்வு மிகவும் அவசியம். சில சமயம், கரு கலைவதைத் தடுக்கவே முடியாது.

கர்ப்பபையில் இணைக்கரு நல்ல நிலையில் வளர்ந்து கொண்டிருந்தாலும், கர்ப்பப்பையின் வாய் திறந்திருக்கும். அதன்மூலம் சில துளிகள் ரத்தம் கசியலாம்.

கர்ப்பக் காலத்தில் அடிவயிற்றில் இழுத்துப்பிடித்து வலியுடன் ரத்தப்போக்கு இருந்தாலும், அதுவும் கரு கலைவதன் அறிகுறிதான். ரத்தப்போக்குடன் சிதைந்த கருவின் பாகங்களும் வெளியேறலாம். அவற்றைச் சேகரித்து டாக்டரிடம் காட்டவேண்டும். அவற்றைப் பரிசோதிக்கும் டாக்டர், குரோமோசோம் குறைபாடு உள்ளதா என்பதைத் தெரிந்துகொண்டு அதற்கேற்ப சிகிச்சை அளிப்பார். அப்போதுதான், அடுத்த கர்ப்பம் 'நிலைக்கர்ப்பமாக' இருக்கும்.

சில சமயம், கருவின் சிதைந்த பாகங்கள் முழுமையாக வெளியேறாமல் கருப்பையிலேயே தங்கிவிட வாய்ப்பு உண்டு. அதனால், தொடர்ந்து வலி அதிகமாக இருக்கலாம். சில சமயங்களில், எந்தவித அறிகுறியும் இல்லாமல் கரு கலைந்துவிடலாம். அல்ட்ரா சவுண்ட் ஸ்கேன் மூலம் இணைக்கருவின் தற்போதைய நிலையைத் தெரிந்துகொள்ளலாம். கர்ப்பம் உறுதிப்படுத்தப்பட்ட பிறகு, ரத்தப்போக்கு இருந்தால், டாக்டரிடம் உடனே சென்று பரிசோதனை செய்துகொள்வது நல்லது.

கரு கலைவதைத் தடுக்கும் முறை:

சில நடைமுறைகளைக் கடைப்பிடித்தால் கரு கலைவதைத் தவிர்க்கலாம்.

1. நல்ல ஊட்டச்சத்து உள்ள உணவைச் சாப்பிடுதல்.

2. பச்சைக் காய்கறிகளை அதிகம் சேர்த்துக்கொள்ள வேண்டும்.

3. உடலைச் சுத்தமாகவும் சுகாதாரமாகவும் வைத்துக் கொள்ளுதல்

4. நல்ல ஓய்வு.

5. நீண்ட தூர பயணத்தைத் தவிர்க்கவும் (குறிப்பாக, கரடு முரடான சாலைகளில் இரு சக்கர, மூன்று சக்கர வாகனங்களில் செல்லக் கூடாது).

6. எதிலும் அவசரமோ, பதற்றமோ காட்டக் கூடாது.

7. உடலுறவைத் தவிர்க்க வேண்டும்.

8. உடலை வருத்திக்கொண்டு உடற்பயிற்சி செய்யக் கூடாது.

ஏற்கெனவே, கருக் கலைப்பு செய்துகொண்டிருந்தாலோ, கரு கலைந்திருந்தாலோ இன்னும் கூடுதல் கவனத்துடன் இருக்க வேண்டும். கர்ப்பக் காலத்தில் தொடர்ந்து பரி சோதனைக்குச் சென்றுவர வேண்டும். ஐந்து மாதத்துக்குள் அல்ட்ரா சவுண்ட் ஸ்கேன் செய்துபார்க்க வேண்டும்.

பனிக்குட / நச்சுக்கொடியால் ஏற்படும் பிரச்னைகள்

கர்ப்பக் காலத்தில் தாய்க்கும் குழந்தைக்கும் (கரு), பனிக்குட நீரின் அளவு மற்றும் நச்சுக்கொடியால் சில பிரச்னைகள் ஏற்பட லாம். அவற்றைப் பற்றிக் கொஞ்சம் விரிவாகப் பார்ப்போம்.

1. கருக்குழாய் கர்ப்பம்

சில சமயம், கர்ப்பப்பைக்குள் கரு வளராமல், கருக் குழாயிலேயே தங்கி அங்கேயே வளரத் தொடங்குகிறது. இதைக் கருக்குழாய் கர்ப்பம் (Ectopic Pregnancy) என்று சொல்வார்கள்.

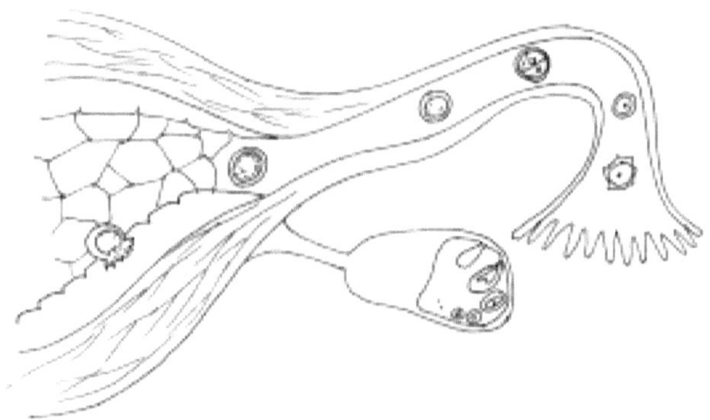

கருக்குழாயில் கரு வளரக் கூடிய இடங்கள்

இக்கரு வளர வளர, கருக்குழாயில் இடம் போதாமல் போய், ஏதோ ஒரு நிலையில் கருக்குழாய் வெடித்து விடுகிறது. இதனால், அடி வயிற்றில் கருக்குழாய் வெடித்த பகுதியில்

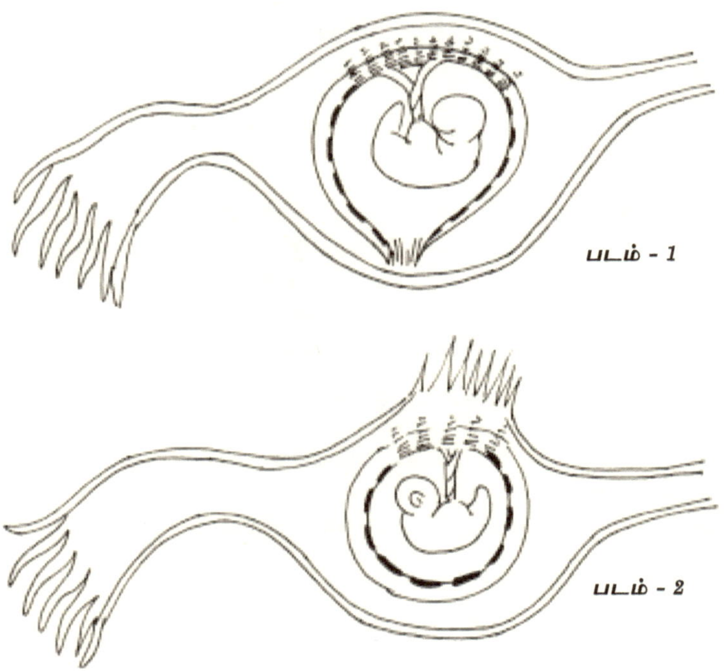

கருக்குழாயில் வளரும் கரு (படம் 1), கரு வளர்வதால் இடப்பற்றாக்குறை ஏற்பட்டு வெடிக்கும் கருக்குழாய் (படம் 2).

தாங்க முடியாத வலியும், ரத்தப்போக்கும் ஏற்படும். ரத்த அழுத்தம் குறைந்து மயக்கம் ஏற்படலாம். ஆகவே, மாதவிலக்கு தள்ளிப்போன பிறகு அடிவயிற்றில் வலி ஏற்பட்டால் உடனே டாக்டரைப் போய்ப் பார்க்க வேண்டும். சில சமயங்களில், உயிருக்கேகூட ஆபத்து ஏற்படக்கூடிய வாய்ப்புகள் உண்டு.

ஆகவே எலிசா, அல்ட்ரா சவுண்ட், RIA, HCG போன்ற சோதனைகள் மூலம் கருக்குழாயில் பாதிப்பு ஏற்படும் முன்பே, கருவின் நிலையைக் கண்டறிந்து அதற்கு ஏற்ப சிகிச்சை எடுத்துக்கொள்ளலாம்.

2. ப்ரி எக்லாம்ஃப்ஸியா (Pre Eclampsia)

நரம்பு மண்டலம், ஜீரண மண்டலம், ரத்த ஓட்டம் என உடலில் இருக்கும் அனைத்துப் பகுதிகளிலும் பிரச்னைகளை ஏற்படுத் தக் கூடிய ஒரு நிலைக்கு 'ப்ரி எக்லாம்ஃப்ஸியா' என்று பெயர்.

சில பெண்களுக்கு, கர்ப்பக் காலத்தில் மட்டும் ரத்த அழுத்தம் அதிகரிக்கும். அதனால் உடல் வீங்கும். கல்லீரலில் ஏற்படும் சில கோளாறுகளால் தலைவலி, அடிவயிற்றில் வலி, எடை அதிகரிப்பு, பார்வை மங்குதல், வாந்தி போன்றவை ஏற்படலாம்.

பொதுவாக, கர்ப்பிணிகளில் சுமார் 25 சதவீதத்தினருக்கு இதுபோன்ற பிரச்னைகள் ஏற்படலாம். மேலும், பல கர்ப்பம் ஏற்பட்டிருந்தாலோ, தாயின் வயது 30-க்கு மேல் இருந் தாலோ, உடல் எடை மிக அதிகமாக இருந்தாலோகூட இப் பிரச்னைகள் ஏற்படலாம்.

ரத்த அழுத்தம் அதிகமாக இருக்கும்போது, நச்சுக்கொடியின் செயல்பாடு பாதிக்கப்படுகிறது. அதனால், கருவுக்குச் செல்லக் கூடிய ஆக்ஸிஜன் மற்றும் உணவு தடைப்பட்டு கருவின் வளர்ச்சி பாதிக்கப்படக் கூடும். ஆகவே, எச்சரிக்கை யாக இருப்பது நல்லது. ஏதாவது அசௌகரியம் ஏற்பட்டால், உடனே டாக்டரை போய்ப் பார்ப்பது நல்லது.

3. ஹைட்ராம்னியாஸ் (Hydramnios)

கர்ப்பப்பையில் கரு மிதந்து கொண்டிருக்கும் அம்னியாடிக் திரவத்தின் அளவு அதிகரிக்கும்போது அது தாய்க்கும் குழந் தைக்கும் சில அசௌகரியங்களை ஏற்படுத்தும். இப்படி அம்னியாடிக் திரவம் அதிகரிப்பதை ஹைட்ராம்னியாஸ் அதாவது, பனிக்குட நீர் அதிகரிப்பு என்று சொல்லலாம்.

கர்ப்பப்பையில் அம்னியாடிக் திரவம் அதிகரிப்பதற்கு முக்கிய மான காரணம் நீரிழிவு. அம்னியாடிக் திரவம் அதிகரித்தால், தாய்க்கு மூச்சுவிடுவதில் சிரமம் இருக்கும். மேலும் அஜீரணக் கோளாறு ஏற்படலாம். இப்பிரச்னை தோன்றலாம்.

4. ஒலிகோஹைட்ராம்னியாஸ் (Oligohydramnios)

கர்ப்பப்பையில் அம்னியாடிக் திரவத்தின் அளவு குறைவதை ஒலிகோஹைட்ராம்னியாஸ் என்று சொல்வார்கள்.

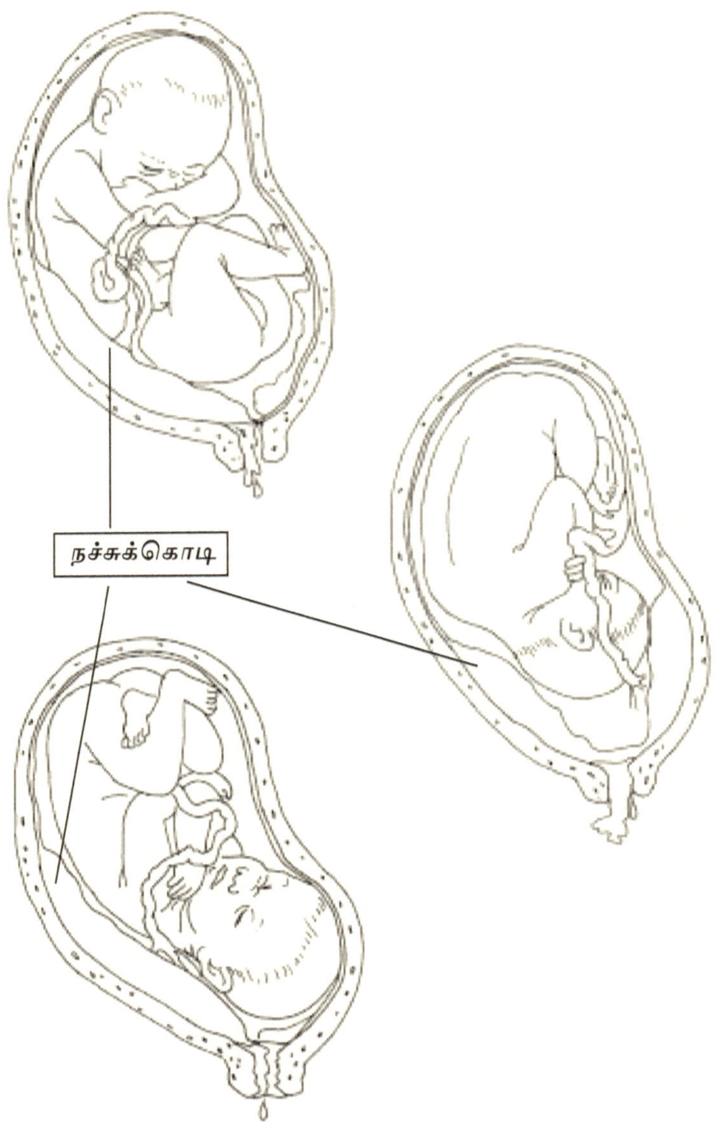

கர்ப்பப்பையின் வாய்ப்பகுதியில் ஒரு பகுதியாகவோ
அல்லது முழுமையாகவோ உருவாகியிருக்கும் நச்சுக்கொடி

அம்னியாடிக் திரவத்தின் அளவு குறைவதால், பிறக்கும் குழந்தைக்கு சில பிறவிக் குறைபாடுகள் ஏற்படலாம். பிரசவ மும் கஷ்டமாக இருக்கலாம்.

5. உதிரப்போக்கு

கர்ப்பத்தின் தொடக்க நிலையில் உதிரப்போக்கு ஏற்பட்டு கரு கலைந்து போகலாம் அல்லது தொடர்ந்து வளரலாம். சில சமயங்களில், கர்ப்பத்தின் 20-வது வாரம் முடிந்த பிறகு உதிரப்போக்கு தொடங்கலாம். இதனால், நச்சுக்கொடி பிரிந்து தாய்க்கும் குழந்தைக்கும் ஆபத்து ஏற்படலாம். இது, மிகவும் அரிதாக ஏற்படக் கூடிய பிரச்னைதான். அதனால், கவலையோ பயமோ வேண்டாம்.

6. ப்ளாசென்ட்டா ஃபிரிவியா (Placenta Previa)

கர்ப்பப்பையின் வாய்ப் பகுதியில் நச்சுக்கொடியின் ஒரு பகுதியோ அல்லது முழுவதுமோ உருவாகியிருந்தால் அதற்கு ப்ளாசென்ட்டா ப்ரிவியா என்று பெயர். அதாவது, கர்ப்பப்பையில் இருந்து எந்த வழியாக குழந்தை வெளியேற வேண்டுமோ அந்த வழியை அடைத்தது போல் நச்சுக்கொடி இருக்கும். பொதுவாக, கர்ப்பப்பையில் கட்டிகளோ அல்லது ஒன்றுக்கு மேற்பட்ட கருக்களோ உருவாகி இருந்தால் இந்த நிலை ஏற்படலாம்.

கர்ப்பத்தின் கடைசிக் கட்டத்தில், கர்ப்பப்பையின் அடிப் பகுதி இழுபட்டு விரிவடைவதால், கர்ப்பப்பையில் இருந்தோ அல்லது குழந்தையிடம் இருந்தோ நச்சுக்கொடி பிரிய வாய்ப்பு உள்ளது. அப்போது ரத்தக் கசிவு ஏற்படலாம். நச்சுக்கொடி மிகவும் கீழே இருந்து, ரத்தக் கசிவும் அதிகமாக இருந்தால், அறுவை சிகிச்சை மூலம் குழந்தையை வெளியே எடுக்கலாம்.

7. அப்ரப்ஷியோ ப்ளாசென்ட்டா (Abruptio Placenta)

கர்ப்பப்பையின் மேல்பகுதியில் நச்சுக்கொடி உருவாகி யிருந்தால், அதை அப்ரப்ஷியோ ப்ளாசென்ட்டா என்று சொல்வோம். இப்படிப்பட்ட நச்சுக்கொடி பிரியும்போது, குழந்தைக்கு ஆபத்து ஏற்படலாம். இந்தப் பிரச்னை, மூன்றாவது ட்ரைமெஸ்டரிலோ அல்லது பிரசவத்தின்போது

ஏற்படக்கூடும். வலி அதிகமாக இருக்கும். டாக்டரிடம் சென்று பரிசோதனை செய்துகொள்வது நல்லது.

கருவின் நிலையால் ஏற்படும் பிரச்னைகள்

சாதாரணமாக, கர்ப்பப்பையில் வளர்ந்த குழந்தை, கர்ப்பப் பையின் வாய்ப் பகுதியில் தலையும் கால்களை மேல் நோக்கி தூக்கிய நிலையிலும் இருக்கும். சில சமயம், குழந்தையின் பிருஷ்டப் பகுதி கர்ப்பப்பையின் வாய்ப்பகுதியில் இருக்கும். சில சமயம் கர்ப்பப்பையின் வாய்ப் பகுதியில் குழந்தையின் முகம் புதைந்து இருக்கும். இப்படிப்பட்ட சமயங்களில் பிரசவம் கஷ்டமாக இருக்கலாம்.

சிலருக்கு, நச்சுக்கொடியின் நீளம் குறைவாகவோ, நீள மாகவோ இருக்கலாம். நீளமாக இருந்தால் அது குழந்தை யின் உடலைச் சுற்றிக்கொள்ள நேரிடும். இதனால், குழந்தையின் உயிருக்கே ஆபத்தாக முடியலாம். அதுவே நீளம் குறைவாக இருந்தால், பிரசவத்தின்போது கர்ப்பப் பையை விட்டு வெளியேறுவதில் சிக்கல் ஏற்படலாம்.

முக்கியமான அறிகுறிகள்

- வயிற்றுப் பிரட்டல், வாந்தி
- ரத்தக்கசிவு
- மயக்கம்
- பார்வை மங்குதல்
- உடல் வீங்குதல்
- தலைவலி
- பிறப்பு உறுப்பில் இருந்து நிறமற்ற திரவம் வெளியேறுதல்
- குழந்தையின் அசைவு குறைதல்

மேற்கண்ட அறிகுறிகள் இருந்தால், எந்தவொரு கட்டத் திலும் நிலையிலும் பயந்து, அதிர்ச்சிக்கு ஆளாகாமல், டாக்டரை உடனே சென்று பார்த்து சிகிச்சை எடுத்துக் கொண்டால், தாய் மற்றும் குழந்தைக்கு ஏற்படும் பாதிப்பு களைத் தடுத்துவிடலாம்.

கர்ப்பமும் சில நோய்களும்

அன்று காலை ராஜியிடம் இருந்து ராதா வுக்கு ஃபோன் வந்தது. ராஜியும் ராதாவும் நெருங்கிய தோழிகள். கர்ப்பமாக இருக்கும் தன்னுடைய மகள் அனிதாவைப் பிரசவத் துக்காகத் தன் வீட்டுக்கு அழைத்து வந்திருப் பதாகவும் அவளைப் பார்க்க வரும்படியும் ராதாவிடம் ராஜி ஃபோனில் சொன்னாள்.

ராதாவும், அன்று மதியமே வருவதாகச் சொல்லிவிட்டு மடமடவென்று அடுத்த கட்ட வேலைகளைச் செய்யத் தொடங்கி னாள். தனக்குக் குழந்தைகள் இல்லாததால், அனிதாவைத் தனது மகளாகவே நினைத்துப் பழகினாள் ராதா. அனிதாவுக்கு என்னென்ன பிடிக்கும் பிடிக்காது என்பதெல்லாம் தெரிந்து அவளுக்கு வாங்கிக் கொடுத்து மகிழ்ச்சி அடைவாள்.

இப்போதுதான் அனிதா திருமணம் ஆகிப் போனதுபோல் இருந்தது, அதற்குள்

10

கர்ப்பவதியாகி பிறந்த வீட்டுக்கு வந்திருக்கிறாளா? என்று ஆச்சரியப்பட்டாள் ராதா. அனிதாவுக்குப் புளியோதரை என்றால் உயிர். சரி, மதியம் போகும்போது புளியோதரை செய்து எடுத்துச் செல்லலாம் என்று முடிவு செய்தாள்.

எல்லாம் முடிந்து, மதியம் ராஜியின் வீட்டுக்குப் போனாள் ராதா. உள்ளே நுழையும்போதே, 'அனிதா...' 'அனிதா...' என்று கூப்பிட்டுக்கொண்டே சென்றாள். வீட்டுக்குள் இருந்து வேகமாக வந்த ராஜி, 'உஸ்... கத்தாதே. அனிதா ரொம்ப களைப்பா இருக்கா. அவளால உட்காரக்கூட முடியல. இப்பத்தான் படுக்கப்போனா. வா, நாம பேசிக் கிட்டிருக்கலாம். சரி, ராதா எப்படி இருக்கே? பார்த்து கிட்டத் தட்ட ஒரு மாசம் ஆச்சு' என்றாள்.

'நான் நல்லாத்தான் இருக்கேன். அனிதாவைப் பார்க்க லாம்னு ஆசையா வந்தா இப்படி தடை போடறியே?' என்று ராதா சொல்லிக்கொண்டிருக்கும்போதே, 'ஹாய் ஆன்ட்டி. எப்படி இருக்கீங்க' என்று கேட்டுக்கொண்டே வந்தாள் அனிதா. 'வா, அனிதா எப்படி இருக்கே? என்று கேட்டு விட்டு, 'உனக்குப் பிடித்த புளியோதரை செஞ்சு கொண்டு வந்திருக்கேன். வா. சாப்பிடலாம்' என்று சொல்லிவிட்டு மூவரும் சாப்பாட்டு அறைக்குச் சென்றனர்.

சாப்பிடும்போது, 'ராதா ஆன்ட்டியோட கைமணமே தனி தான். புளியோதரை ரொம்ப நல்லா இருக்கு' என்று புகழ்ந் தாள் அனிதா.

அனிதாவையே பார்த்துக்கொண்டிருந்த ராதா, திடீரென்று 'என்ன அனிதா, பையன் எட்டி உதைக்கறானா? என்ன சொல்றான் என்று கேட்டுவிட்டு, நீயும் ரொம்ப கலரா ஆயிட்டியே' என்று சொன்னாள்.

'ஆனா ஆன்ட்டி. என்னோட ஃப்ரண்ட்ஸ்ங்களும் அப்படித் தான் சொல்றாங்க' என்றாள் அனிதா.

'பார்க்கத்தான் அவ கலரா ஆயிட்டா. ஆனா ரொம்ப வீக்கா இருக்கா. மூச்சுவிடறதுக்கு ரொம்ப கஷ்டப்படறா. குழந்தை பிறக்கறதுக்கு இன்னும் நாள் இருக்கு. எப்படி சமாளிக்கப் போறாளோ தெரியல' என்று கவலைப்பட்டாள் ராஜி.

'நீ கவலைப்படாதே அனிதா. எனக்குத் தெரிஞ்ச லேடி டாக்டர் இருக்காங்க. அவங்கள போய்ப் பார்ப்போம். வீட்டுக்குப் போன உடனே நாளைக்குப் போற மாதிரி நான் அப்பாயிண்ட்மெண்ட் வாங்கிடறேன்' என்றாள் ராதா.

சரி. அனிதாவுக்கு என்ன ஆச்சு. அவள் எப்படி? ஏன்? கலரானாள். மூச்சுவிடுவதற்கு அவள் ஏன் கஷ்டப் படுகிறாள்?

இதுதவிர களைப்பு, தலைச்சுற்றல், நிற்க முடியாமல் கை, கால் வலுவிழந்துபோதல், இதயத் துடிப்பு அதிகரித்தல், கை, கால்களில் வீக்கம், வாயில் புண் போன்றவையும் இருக்கும். இதற்கெல்லாம் முக்கியக் காரணம் ரத்தசோகை (Anemia).

பொதுவாக, கர்ப்பிணிகளில் சுமார் 60 முதல் 80 சதவீதத் தினருக்கு ரத்தசோகை இருக்கும். ரத்தசோகை இருப்பதை, ரத்தப் பரிசோதனை மூலம் தெரிந்துகொள்ளலாம். ரத்தம் சிவப்பு நிறமாக இருப்பதற்குக் காரணம், அதில் இருக்கும் சிவப்பணுக்கள்தான் (ஹீமோகுளோபின் - Haemoglobin). அதாவது, 100 மில்லி ரத்தத்தில் 11 கிராம் அல்லது அதற்குக் குறைவான அளவுக்கு (11 கிராம்/ 100 மில்லி) சிவப் பணுக்கள் இருந்தால், ரத்தசோகை இருக்கிறது என்பதைத் தெரிந்துகொள்ளலாம். மேலும், இரும்புச் சத்து குறைவாக இருந்தாலும் ரத்தசோகை வரலாம்.

ரத்தசோகையால், சிவப்பணுக்கள் வழியாக குழந்தைக்குச் செல்லும் ஆக்ஸிஜன் (பிராண வாயு) குறைவதால், குழந் தைக்குப் பாதிப்பு ஏற்படுகிறது.

டாக்டரிடம் சென்றால், அவர் உங்களைப் பரிசோதித்த பிறகு இரும்புச் சத்து மாத்திரைகளையும், ஃபோலிக் அமிலம் உள்ள மருத்து, மாத்திரைகளைக் கொடுப்பார். மருந்து, மாத்திரைகளைத் தொடர்ந்து சாப்பிடும்பட்சத்தில், ரத்தத்தில் சிவப்பணுக்களின் எண்ணிக்கை அதிகரித்து, ரத்தசோகை வராமல் தடுத்துவிடலாம்.

கர்ப்பமும் நீரிழிவும்

நீரிழிவு நோயால் (Diabetes) பாதிக்கப்பட்ட பெண் கர்ப்பம் அடையலாம். நீரிழிவு நோய் இல்லாத பெண் கர்ப்பம்

அடையும்போது, கர்ப்பக் காலத்தில் திடீரென அந்நோயால் பாதிக்கப்படலாம். நீரிழிவு நோய் உள்ள சுமார் 3 முதல் 5 சதவீதம் பெண்களுக்குப் பிறவிக் கோளாறுகள் உள்ள குழந்தைகள் பிறப்பதற்கு வாய்ப்புகள் அதிகம். ஆகவே, கருத்தரிக்கத் திட்டமிடும்போதே, நீரிழிவு நோயைக் கட்டுக் குள் வைத்துக்கொள்வதற்கான முயற்சிகளை மேற்கொள்ள வேண்டும். (ரத்தத்தில் குளுக்கோஸின் அளவு அதிகரிப்பதே நீரிழிவு நோயாகும்).

நீரிழிவு நோய் உள்ள பெண்கள், கர்ப்பக் காலத்தில் தகுந்த கால இடைவெளிகளில் சிறுநீர்ப் பரிசோதனை செய்து கொள்ள வேண்டும். உடல் எடை அதிகரிக்காமல் பார்த்துக் கொள்ள வேண்டும்.

தாய்க்கு நீரிழிவு நோய் இருக்கும்பட்சத்தில், குழந்தைக்கு இதயம், நுரையீரல், சிறுநீரகம் போன்றவற்றின் நரம்பு மண்டலங்கள் பாதிக்கப்படுகின்றன.

நீரிழிவு நோயைக் கட்டுப்பாட்டுக்குள் வைத்துக்கொள்ள, மிகக் கவனமாகத் தயார் செய்யப்பட்ட உணவுப் பட்டியல் மிகவும் அவசியம். எப்போது, எந்த வகையான உணவு வகை களை எவ்வளவு சாப்பிட வேண்டும் என்று கணக்கு வைத்துக் கொள்ள வேண்டும். மருத்துவர்களின் உதவியுடன் இந்தப் பட்டியலைத் தயார் செய்துகொண்டு, அதைப் பின்பற்ற வேண்டும். அத்துடன், கண்டிப்பான உடற்பயிற்சியும் அவசியம்.

இந்த உணவுப் பட்டியலும், உடற்பயிற்சியும்தான் ரத்தத்தில் குளுக்கோஸின் அளவைக் கட்டுப்பாட்டில் வைக்கக் கூடியவை. நீரிழிவு நோய் அதிகமாக இருந்தால், ஊசி மூலம் இன்சுலின் மருந்து செலுத்தப்படும். நீரிழிவுக்கான எந்த மருந்தையும் வாய் வழியாகச் சாப்பிடக் கூடாது. அப்படிச் சாப்பிட்டால் அது குழந்தையைப் பாதிக்கும்.

கர்ப்பமும் இதயக் கோளாறும்

கர்ப்பக் காலத்தில், குழந்தைக்கு ஆக்ஸிஜன் தேவை அதிகரிக்கும். அதனால், ரத்தத்தின் கன அளவு (Blood Volume) அதிகரிக்கும். கன அளவு அதிகரிப்பதால், இதயத்தில் இருந்து பம்ப் செய்யப்பட்டு வெளியேற்றப்படும் ரத்தத்தின் அளவும்

அதிகரிக்கும். அதனால், இதயம் கூடுதலாக வேகத்துடன் வேலை செய்ய வேண்டி இருக்கும். அதை, இதயத்துடிப்பு எண்ணிக்கை அதிகரிப்பை வைத்துத் தெரிந்துகொள்ள முடியும்.

இதனால், உடல்நிலை நன்றாக இருக்கும் பெண்களுக்கு எந்தப் பிரச்னையும் இருக்காது. ஆனால், இதய நோய் உள்ள பெண் கர்ப்பம் அடையும்போது, மிகவும் கவனமாக இருக்க வேண்டும். அடிக்கடி பரிசோதனை செய்துகொள்வது நல்லது.

பொதுவாகவே, கர்ப்பிணிகளுக்கு மூச்சுவிடுவதில் சிரமம், பாதங்கள் வீங்குவது போன்றவை இயற்கையானவைதான். இதயக்கோளாறு இருக்கும்போதும், இப்படிப்பட்ட அறிகுறி கள் தோன்றும். அதனால், கருத்தரிக்கத் திட்டமிடும்போதே, தனக்கு இதயக் கோளாறு இருப்பதை டாக்டரிடம் முன் கூட்டியே சொல்லிவிடுவது நல்லது. குறிப்பிட்டுச் சொல்ல வேண்டும் என்றால், இதயக் கோளாறு உள்ள பெண்கள், டாக்டரிடம் ஆலோசனை கேட்ட பிறகே கருத்தரிக்க வேண்டும்.

இதயக் கோளாறு உள்ள கர்ப்பிணிகள், தங்களது உடல் எடை அதிகரிக்காதபடி பார்த்துக்கொள்ள வேண்டும். இரும்புச் சத்து மற்றும் ஃபோலிக் அமிலம் உள்ள மருந்து, மாத்திரை களைத் தொடர்ந்து சாப்பிட வேண்டும். ரத்த அழுத்தத்தைக் கட்டுப்பாட்டுக்குள் வைத்திருக்க வேண்டும். எந்த நிலை யிலும் நோய்த்தொற்றுக்கு ஆளாகக் கூடாது. நல்ல ஓய்வு வேண்டும். மாடிப்படிகளில் ஏறி இறங்கக் கூடாது. எடை அதிகம் உள்ள பொருள்களைத் தூக்கக் கூடாது. உணவில் உப்பை மிகவும் குறைத்துக்கொள்ள வேண்டும். உடலையும் மனத்தையும் அமைதியாக வைத்துக்கொள்ள வேண்டும்.

கர்ப்பமும் வலிப்பு நோயும்

நீரிழிவு நோய் மற்றும் இதயக் கோளாறு உள்ள பெண்கள் கருத்தரிக்கும்போது மிகவும் எச்சரிக்கையாக இருக்க வேண்டும் என்பது எவ்வளவு முக்கியமோ அதுபோல், வலிப்பு நோயால் பாதிக்கப்பட்ட ஒரு பெண் கருத்தரிக்கும் போது கூடுதல் கவனம் எடுத்துக்கொள்ள வேண்டும்.

வலிப்பு நோய் உள்ள பெண்களில் சுமார் 1 முதல் 2 சதவீதத்தினருக்கு, கர்ப்பக் காலத்திலும், பிரசவ நேரத்திலும் வலிப்பு ஏற்பட வாய்ப்பு உண்டு. மேலும், பிரசவம் ஆகி 24 மணி நேரத்துக்குள்ளும் வலிப்பு வரலாம்.

வலிப்பு நோய் உள்ள கர்ப்பிணிக்குக் கொடுக்கப்படும் சில மருந்துகளால், பிறக்கும் குழந்தைக்குப் பிறவிக் குறைபாடு கள் ஏற்பட வாய்ப்பு உள்ளது. அதேநேரத்தில், தாய்க்குக் கொடுக்க வேண்டிய மருந்தை நிறுத்தவும் முடியாது. அத னால், வலிப்பு நோய் உள்ளவர்கள், டாக்டரின் ஆலோ சனைக்குப் பிறகே கருத்தரிக்க வேண்டும்.

கர்ப்பக் காலத்தில் தாயின் உடல் எடை அதிகரிப்பதால் வலிப்பு நோய் அதிகரிக்கலாம். அதனால், மருந்தின் அளவை அதிகரிக்க நேரலாம். தாய்க்கு வலிப்பு வராமல் பார்த்துக் கொள்ள, தகுந்த மருந்து, மாத்திரைகளை டாக்டரின் ஆலோ சனையின் பேரில் சாப்பிட்டு வந்தால் தாய்க்கும் குழந்தைக் கும் நல்லது.

கர்ப்பமும் நுரையீரல் பிரச்னைகளும்

கர்ப்பக் காலத்தில் பெண்களுக்கு மூச்சுத் திணறல் அதிகமாக இருக்கும். ஏனெனில், கிட்டத்தட்ட 20 முதல் 30 சதவீதம் அளவுக்கு வழக்கமான அளவைவிட கூடுதல் ஆக்ஸிஜன் தேவைப்படும்.

இப்படி, தாய்க்கும் குழந்தைக்கும் நச்சுக்கொடிக்கும் என தேவைப்படும் ஆக்ஸிஜனின் அளவு அதிகரிப்பதால் மார்புப் பகுதி விரிவடையும். இதனால், கர்ப்பப்பையில் இருக்கும் குழந்தையால் அழுத்தம் அதிகரித்து மூச்சுத்திணறல் ஏற்படக் கூடும். மேலும், ரத்தசோகையும் இருந்தால் மூச்சுத்திணறல் அதிகரிக்கும். கர்ப்பிணிகளில் சுமார் 1 முதல் 4 சதவீதப் பெண்களுக்கு இப்பிரச்னை ஏற்படும். முதல் மூன்று மாதங்களில் தொடங்கி குழந்தை வளர வளர மூச்சுத் திணறல் தீவிரமடையும்.

ஏற்கெனவே, ஆஸ்துமாவால் அவதியுறும் பெண்களில், சிலருக்கு இதன் தாக்கம் அதிகரிக்கலாம். சிலருக்கு மாற்றம் ஏதும் இல்லாமல் இருக்கலாம்.

இப்பிரச்னையில் இருந்து தப்பிக்க, எவையெல்லாம் ஒத்துக் கொள்ளாதோ (Allergy) அவற்றை முழுவதுமாக ஒதுக்கிவிட வேண்டும். அடுத்து, இன்ஹேலரை பயன்படுத்தினால் நல்ல பலன் கிடைப்பதோடு, பாதுகாப்பானதும் ஆகும்.

கர்ப்பமும் ஹெச்.ஐ.வி. மற்றும் எய்ட்ஸும்

ஒரு மனிதனின் உடலில் ஹெச்.ஐ.வி. (H.I.V.) கிருமியால் பல்வேறு வகையான நோய்கள் மற்றும் பிரச்னைகள் ஏற் பட்டு அவற்றின் தாக்கத்தைத் தாங்க முடியாமல் உடல் மெலியும் கடைசிக் கட்டத்தைத்தான் எய்ட்ஸ் (AIDS - Acquired Immuno Deficiency Syndrome) என்கிறோம்.

ஹெச்.ஐ.வி. கிருமியால் பாதிக்கப்பட்டவர்களுக்கு வயிற் றுப்போக்கு, எடை குறைதல், நீண்ட நாள் காய்ச்சல் போன்ற பிரச்னைகள் இருக்கும். ஹெச்.ஐ.வி. கிருமியால் பாதிக்கப் பட்ட பெண் கருத்தரிக்கும்போது, நிமோனியா காய்ச்சல் வருவதற்கான வாய்ப்புகள் அதிகம். கர்ப்பக் காலத்திலோ, பிரசவத்தின்போதோ அல்லது அதற்குப் பிறகோ, தாய்ப்பால் மூலமாகவோ குழந்தைக்கு ஹெச்.ஐ.வி. கிருமிகள் பரவ வாய்ப்புகள் அதிகம்.

இந்தியாவில், தாயிடம் இருந்து குழந்தைக்கு ஹெச்.ஐ.வி. கிருமிகள் பரவுவதற்கு 30 சதவீத வாய்ப்புகள் உள்ளதாகக் கணக்கிடப்பட்டுள்ளது. முன்னெச்சரிக்கையாக மருந்துகள் சாப்பிட்டால், குழந்தைக்கு ஹெச்.ஐ.வி. பரவாமல் தடுத்துவிடலாம்.

பிரச்னை தரும் பிறவிக் குறைபாடுகள்

ஒரு குழந்தை, தாயின் கர்ப்பப்பையில் வளரும்போதே அதற்கு ஏதேனும் பாதிப்போ, குறையோ ஏற்படும் பட்சத்தில், பிறக்கும்போது குறைகளுடன் பிறக்கிறது. இதைப் பிறவிக் குறைபாடு என்று சொல் கிறோம்.

ஐந்தாயிரத்துக்கும் மேற்பட்ட பிறவிக் குறைபாடுகள் உள்ளன. பொதுவாக, மிகத் தீவிரமான/அதிகமான குறைபாடுகள் உள்ள குழந்தை, வளராமல் முதலிலேயே அழிந்து விடும். அது இயற்கையாகவே நிகழும்.

பொதுவாக, தாய்க்கு இருக்கும் நீரிழிவு, ஹார்மோன்கள் பிரச்னை, மஞ்சள் காமாலை மற்றும் சில மருந்துகளால் பிறவிக் கோளாறு ஏற்படுகிறது என்று சொன்னாலும், 50 சதவீதம் அளவுக்கு எதனால் வருகிறது என்று சொல்ல முடிவதில்லை.

11

சிலவகை பிறவிக் கோளாறுகள், குரோமோசோம் மற்றும் ஜீன்களால் ஏற்படுவது உண்டு. குடும்பத்தில், பரம்பரை பரம்பரையாக ஏதாவது குறைபாடுகள் இருந்து வந்தால், கருத்தரித்த பெண், சில பரிசோதனைகள் மூலம் தனக்கோ, குழந்தைக்கோ ஏதாவது குறைபாடு உள்ளதா என்று தெரிந்துகொள்ளலாம்.

1. நச்சுக் கொடியை சோதனைக்கு உட்படுத்துதல்

2. கருவின் ரத்தத்தைப் பரிசோதித்தல்

3. அல்ட்ரா-சோனோகிராபி

4. அம்னியாட்டிக் திரவத்தைப் பரிசோதித்தல்

5. கருவைக் கவனித்துப் பரிசோதித்தல்

போன்ற பரிசோதனைகள் மூலம், குழந்தைக்கு ஏற்படக் கூடிய பிறவிக் குறைபாடுகளை ஒரளவுக்குத் தெரிந்து கொள்ள முடியும்.

சரி, இந்த பரிசோதனைகளை எல்லோரும் செய்துகொள்ள வேண்டுமா? அல்லது குறிப்பிட்ட சிலர் மட்டும் செய்து கொண்டால் போதுமா?

● 35 வயதுக்கு மேல் கருத்தரிக்கும்போது...

● ரத்த உறவுகளில் திருமணம் செய்து கருத்தரிக்கும் போது...

● தாய், பிறவிக் கோளாறுகளோடு பிறந்திருந்தால்...

● கர்ப்பக் காலத்தில் எக்ஸ்-ரே கதிர் வீச்சுக்கு ஆளாகி இருந்தால்...

● கர்ப்பக் காலத்தில் பெரியம்மை தாக்கியிருந்தால்...

மேற்கண்ட பிரச்னைகளில் ஏதேனும் ஒன்று இருந்தாலும், பிறவிக் குறைபாட்டைக் கண்டறியும் சோதனைகளை டாக்டரின் மேற்பார்வையில் அப்பெண் செய்துகொள்வது மிகவும் நல்லது.

நம்பிக்கைத் தாலாட்டு

*பி*ரசவத்துக்கான நாள் நெருங்க நெருங்க, அதை எதிர்கொள்ள அந்தத் தாய் மனத் தளத்தில் தன்னைத் தயார்படுத்திக்கொள்ள வேண்டும்.

தயார்படுத்திக்கொள்வது என்றால், மருத் துவமனையில் சேரவேண்டி இருந்தாலோ அல்லது முதல் பிரசவமாயின் தாய் வீட் டுக்குச் செல்லவேண்டி இருந்தாலோ, அது வரை எடுக்கப்பட்ட மருத்துவப் பரி சோதனை அறிக்கைகள், டாக்டர்கள் எழுதிக்கொடுத்த மருந்து, மாத்திரைகள் பற்றிய தகவல்கள் என எல்லாவற்றையும் எளிதில் கைக்குக் கிடைக்கும்படி வைத்துக் கொள்வதுதான்.

இதுதவிர, தனக்கும் பிறக்கப்போகும் குழந் தைக்கும் தேவையான பொருள்கள், துணி மணிகள் போன்றவற்றையும் தயாராக எடுத்து வைத்துக்கொள்ள வேண்டும்.

12

இப்படி பார்த்துப் பார்த்து தேவையானவற்றை முன்கூட்டியே தயாராக எடுத்து வைத்துக்கொண்டால், கடைசி நேரத்தில் தடுமாறாமல், பதற்றப்படாமல் இருக்க முடியும். இது எல்லாவற்றையும்விட, 'எல்லாம் நல்லபடியாக நடக்கும்' என்ற நம்பிக்கை மட்டும் மிக முக்கியம்.

சரி. தாய்க்கும் குழந்தைக்கும் என்னென்ன பொருள்கள் தேவைப்படும்? எடுத்து வைத்துக்கொள்ள வேண்டிய பொருள்கள் என்னென்ன என்பதைப் பார்ப்போம்.

தாய்க்கு...

- கர்ப்பக் காலத்தில் செய்துகொண்ட பரிசோதனைகள் பற்றிய ஆவணங்கள் அடங்கிய ஃபைல்

- பிரசவத்தின்போது அணிந்துகொள்வதற்கு காட்டன் நைட்டிகள்

- பிரசவத்துக்குப் பிறகு உபயோகப்படுத்தும் பிரா மற்றும் மார்பகத்தைப் பழைய நிலைக்குக் கொண்டு வர உதவும் அட்டைகள் (Breast pads)

- உள்ளாடைகள்

- சானிடரி நாப்கின்கள்

- டூத் பிரஷ், பேஸ்ட், பவுடர், சோப்

- முக்கியமானவர்களின் தொலைபேசி எண்களின் பட்டியல்

- செருப்பு

- காலுறை (அதிகக் குளிர் இருப்பின்)

குழந்தைக்கு...

- குழந்தைகளுக்கான மெல்லிய காட்டன் உடைகள்

- நேப்பி

- ஸ்வெட்டர், தொப்பி (குளிர் இருப்பின்)

- பேபி சோப், பவுடர், பஞ்சு, சிறு கம்பளி

கிளு கிளு கிளைமாக்ஸ்

பலவித கனவுகளோடும், நம்பிக்கை யோடும், மனப்போராட்டங்களோடும் காத் திருந்த ஒன்பது மாதங்கள் கழிந்த பிறகு, பிரசவத்தை எதிர்நோக்கிக் காத்திருக்கும் காலம் என்பது மிகவும் முக்கியமான ஒன்று.

அடிவயிற்றில் லேசாக வலி ஏற்பட்டாலே அது பிரசவத்தின் வலியோ என்று எண்ணத் தோன்றும்.

ஒவ்வொரு பெண்ணைப் பொறுத்தவரை, குழந்தை பிறப்பு என்பது மிகவும் தனித்துவ மான ஒன்று. அதனால்தான் பிரசவ வலி என்பது பெண்ணுக்குப் பெண் மாறுபடும். இன்னும் சொல்லப்போனால், முதல் குழந்தையின் பிரசவ வலிக்கும் அடுத்த குழந்தையின் பிரசவ வலிக்குமே வித்தி யாசம் இருக்கும்.

13

அதேபோல், பிரசவ வலி என்பது எவ்வளவு நேரம் இருக்கும் என்பதையும் இவ்வளவு நேரம்தான் என்று உறுதியாகவும் சொல்ல முடியாது. பிரசவ வலி வந்து மருத்துவமனையில் சேர்க்கப்பட்ட பிறகு, டாக்டர்களுடன் அப்பெண் நம்பிக்கை யுடன் ஒத்துழைக்கும்பட்சத்தில், வலியின் தீவிரம் தெரியாது.

ஒரு கரு, குழந்தையாக முழு வடிவம் பெற ஒன்பது மாதங்கள் ஆகிறது. ஆனால், அது வெளிவர சில நிமிடங்களே போதும். ஆனால், இப்போது ஏற்படும் பிரசவ வலிதான், பிரசவத்துக்கு முன் குழந்தையைச் சுமந்த காலத்தில் தனக்கு ஏற்பட்ட அசௌகரியங்களை எல்லாம் மறந்துவிடும் அளவுக்கு மனத் தில் முழு அளவில் ஒருவித கலக்கத்தை ஏற்படுத்திவிடுகிறது.

பிரசவ வலி - இடுப்பு வலி - லேபர்

பிரசவ வலி, இடுப்பு வலி, லேபர் என்றெல்லாம் சொல்கிறார் களே? அவை என்ன என்று கேட்கலாம். நிச்சயமாக, இவற்றைப் பற்றி கர்ப்பிணிகள் மட்டுமல்ல எல்லா பெண்களும் ஏன் ஆண்களும் தெரிந்துகொள்ள வேண்டிய தகவல்கள்தான்.

இதுநாள் வரை கர்ப்பப்பையில் வளர்ந்த கரு (குழந்தை), நச்சுக்கொடி, அம்னியாட்டிக் திரவம் எல்லாம், தங்களுடைய 'உள்ளிருப்பு வேலை' முடிந்துவிட்டது என நினைத்து, கர்ப்பப்பையை விட்டு வெளி உலகைக் காண வெளியே வர முயற்சிக்கும். இதைத்தான் லேபர் என்று சொல்கிறார்கள். 40-வது வார முடிவில் இந்த லேபர் தொடங்கும்.

தாயின் ஆரோக்கியம், உடல் நிலை, ஊட்டச்சத்து, இடுப்பு எலும்பின் வடிவமைப்பு, குழந்தையின் நிலை ஆகிய வற்றைப் பொறுத்து லேபர் அமையும்.

லேபரின்போது, கர்ப்பப்பை சுருங்கி விரிகிறது. இந்த நடவடிக்கை சில நிமிடங்களுக்குத் தொடரும் அல்லது தொடங்கிய உடனேயே முடிந்துவிடும் அல்லது தீவிரமாக இருக்கக் கூடும். இப்படி கர்ப்பப்பை சுருங்கி விரிவதால், இடுப்பு வலி அதிகரிக்கிறது.

இடுப்பு வலியோடு, பிறப்பு உறுப்பில் இருந்து பசை போன்ற ஒட்டிக்கொள்ளும் தன்மையுள்ள திரவம் வெளியேறலாம்.

இந்தத் திரவத்தில், ரத்தத் துளிகள் கலந்திருப்பதுபோல் தெரியும். இதை 'ஷோ' (Show) என்று சொல்வார்கள். கர்ப்பப் பையின் வாய்ப்பகுதியை மூடியிருக்கும் இந்தப் பசை வெளி யாவதை வைத்து, பிரசவ வலி தொடங்கிவிட்டது என்பதைத் தெரிந்துகொள்ளலாம்.

சில சமயங்களில், பிரசவம் ஏற்படலாம் என்று குறிக்கப்பட்ட நாளுக்கு முன்பேகூட, இந்த பசைபோன்ற திரவம் வெளி யாகி, அத்தோடு கர்ப்பப்பையில் இருந்து அம்னியாட்டிக் திரவமும் வெளியேறத் தொடங்கும். இதனால், குழந்தைக்கு ஆபத்து நேரலாம். அப்படிப்பட்ட நிலையில், டாக்டரை உடனே சென்று பார்ப்பது நல்லது.

இன்னும் சில சமயங்களில், லேசாக இடுப்பு வலி ஏற்பட்ட உடனேயே, அதை லேபர் வலி என்று நினைத்து டாக்டரை போய்ப் பார்த்திருப்பீர்கள். அப்போது உங்களைப் பரிசோதிக் கும் டாக்டர், 'ஷோ' வெளியேறிவிட்டதா என்று பார்ப்பார். அப்படி வெளியேறவில்லை என்றால், உங்களை வீட்டுக்குப் போகச்சொல்லி காத்திருக்கச் சொல்வார். அதேநேரத்தில் ரத்த அழுத்தம், நீரிழிவு, ரத்தசோகை, இதய நோய், ரத்தப் போக்கு போன்றவை இருக்கும்பட்சத்தில், சீக்கிரமாகவே மருத்துவமனைக்கு வரச் சொல்லிவிடுவார்.

பொதுவாக, லேபர் வலி லேசாகத் தொடங்கிய பிறகு தாங்க முடியாத அளவுக்கு வலிக்கத் தொடங்கும். படுத்துக்கொண் டால், வலி குறைந்ததுபோல் இருக்கும். ஆனால், அது வலி யின் கால அளவை அதிகரிக்கும். அதனால், வலிக்கும்போது நடக்கும்படி டாக்டர்கள் சொல்வார்கள்.

ஒருகட்டத்தில், எந்த நிலையில் அதாவது படுத்துக் கொண்டோ, நடந்துகொண்டோ, உட்கார்ந்துகொண்டோ எப்படி இருந்தாலும், வலியின் தீவிரம் அதிகமாகிக் கொண்டே இருக்கும். கர்ப்பப்பை சுருங்கி விரிந்து, கர்ப்பப்பை வாய் வழியாக பிறப்பு உறுப்பை நோக்கி குழந்தையைத் தள்ளுகிறது. அப்போது கர்ப்பப்பையின் வாயும் சுருங்கி விரிகிறது. இதனால்தான் வலி ஏற்படுகிறது. மிகவும் பதற்றத்தோடும் ஆவலோடும் இருக்கும் பெண்கள், இந்த வலி அதிகமாக இருப்பதுபோல் உணருவார்கள்.

கர்ப்பக் காலத்தில், சில மூச்சுப் பயிற்சிகளை மேற்
கொண்டிருந்தாலோ அல்லது பிரசவத்தின்போது சில மூச்சுப்
பயிற்சிகளை மேற்கொண்டாலோ, வலியின் தாக்கத்தைக்
குறைவாக உணரலாம். இதன்மூலம், தாய்க்கும் குழந்தைக்
கும் போதுமான ஆக்ஸிஜன் கிடைக்கும்.

சாதாரணமாக, முதல் பிரசவத்தின்போது 10 முதல் 12 மணி
நேரம் வரை வலி இருக்கும். ஆனால், அதற்கு அடுத்தடுத்த
பிரசவங்களின்போது 6 முதல் 8 மணி நேரம் வரை வலி இருக்
கும். வலி தொடங்கிய முதல் 4 முதல் 5 மணி நேரத்துக்கு
எழுந்து நடக்க முடியும். அப்போது கர்ப்பப்பையின்
வாய்ப்பகுதி 3 முதல் 10 செ.மீ. வரை விரிவடையும். இதனால்
6 முதல் 10 மணி நேரத்துக்கு வலி நீடித்தாலும் அது தாங்கிக்
கொள்ளக் கூடியதாக இருக்கும். ஆனால், போகப்போக வலி
அதிகரிக்கும். அதுவே, பிரசவத்தின் இரண்டாவது கட்டத்தில்
வலி மிகவும் தீவிரமாக இருக்கும். ஆனால், அந்த வலி 30
முதல் 90 நிமிடங்களுக்குத்தான் இருக்கும்.

குழந்தை வெளியே வந்த பிறகு, நச்சுக்கொடி வெளியேற
வேண்டும். இதுதான் பிரசவத்தின் மூன்றாவது நிலை.
அப்போது 10 முதல் 30 நிமிடங்கள் வரை வலி இருக்கும்.
அது, தாங்கிக்கொள்ளக்கூடியதாகவே இருக்கும்.

குழந்தை வெளியே வரும்போது, உடல் அளவிலும், மனத்
தளவிலும் உணர்ச்சிகளில் ஏற்ற இறக்கங்களை அந்தத் தாய்
சந்திக்க வேண்டி இருக்கும். அப்போது, வயிற்றை நீவி
விடுவது சற்று இதம் அளிக்கலாம். காலம் காலமாக, இப்படி
வயிற்றை நீவி மசாஜ் செய்வது நடைமுறையில் உள்ளது.
தற்கால ஆய்வில்,

பிரசவத்தின்போது இப்படி வயிற்றை நீவி மசாஜ் செய்வது,
லேபர் வலியின் தீவிரம் குறைவதுடன், அதன் கால அளவும்
குறைவதாகக் கண்டறியப்பட்டுள்ளது. அதுதவிர, அறுவை
சிகிச்சையின் தேவை குறைவதாகவும் கண்டறியப்
பட்டுள்ளது.

பிரசவத்தின்போது, 'என்டோர்பின்' (Endorphin) என்ற
ஹார்மோன் சுரக்கும். இந்த ஹார்மோன், வலியை
எதிர்கொள்ள உதவுகிறது. ஆனால், வலி நிவாரணிகளைப்

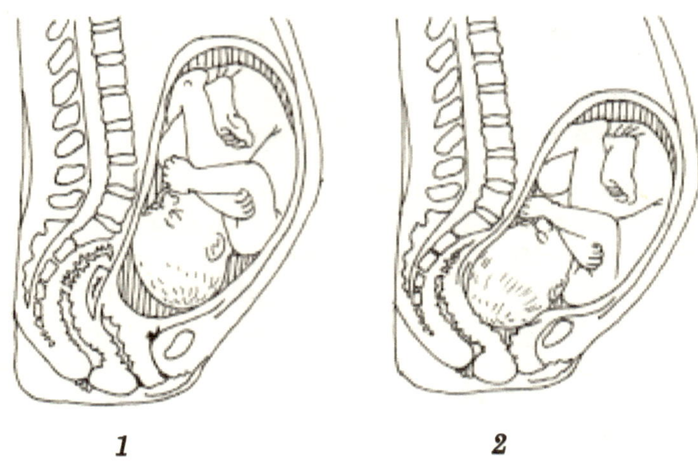

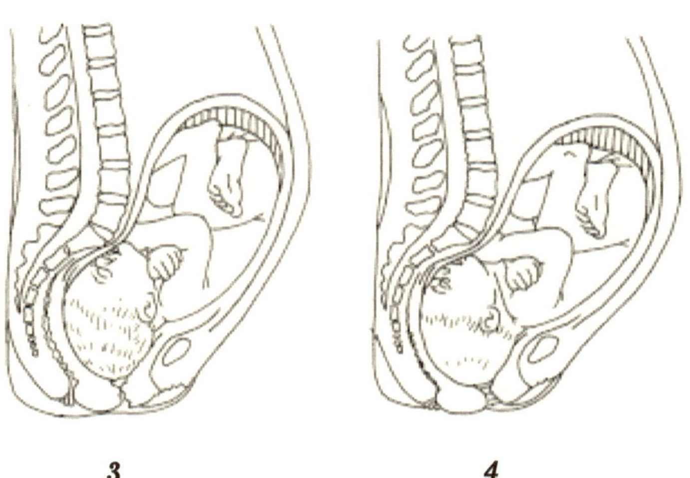

கர்ப்பப்பையில் இருந்து யோனிக் குழாய் வழியாக
குழந்தை வெளியேறுவதன் (பிரசவம்) பல்வேறு நிலைகள்

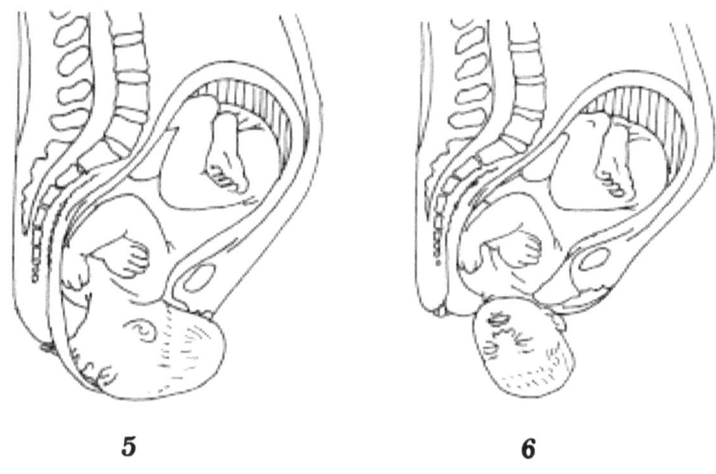

5   **6**

கர்ப்பப்பையில் இருந்து யோனிக் குழாய் வழியாக
குழந்தை வெளியேறுவதன் (பிரசவம்) பல்வேறு நிலைகள்

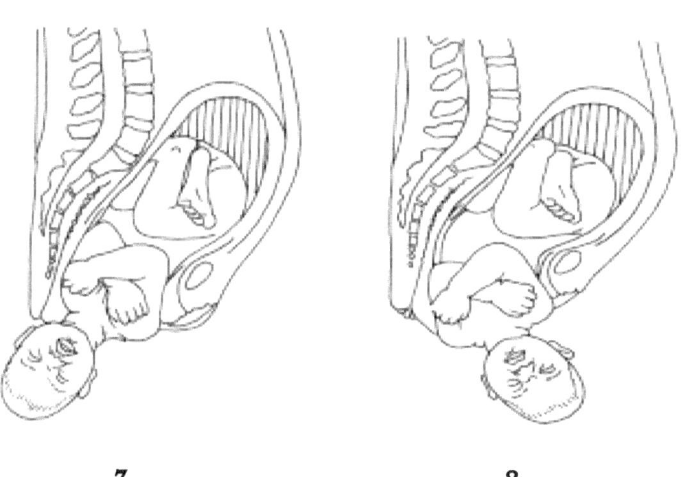

7   **8**

பயன்படுத்தும்போது, இந்த என்டோர்பின் ஹார்மோன் சுரப்பது தடைபடும். அதனால், வலி நிவாரணிகளைக் கொடுக்க டாக்டர்கள் தயங்குவார்கள்.

வலி நிவாரணிகளால் வலியைக் குறைக்க முடியும். அதே நேரத்தில், அவற்றால் தூக்கம், மனச்சோர்வு, மூச்சு விடு வதில் சிரமம் போன்றவை ஏற்படலாம்.

பிரசவத்தின் முதல் கட்டத்தில், வலி தாங்கக் கூடியதாக இருக்கும். ஆனால், கடைசிக் கட்டத்தில் வலி தீவிரமாகும். அப்போது, ஊசி மூலம் தண்டுவடத்தில் வலி நிவாரணி (மயக்க மருந்து - Spinal Anaesthesia) செலுத்தப்படுகிறது. தண்டுவடத்தில் உள்ள உணர்ச்சி நரம்புகள்தான், உடலின் பிற பாகங்களின் உணர்ச்சிகளை மூளைக்கு எடுத்துச் செல் கின்றன. அப்படிப் பார்க்கும்போது, தண்டுவடத்தில் செலுத் தப்படும் மயக்க மருந்து, உணர்ச்சி நரம்புகளைச் சிறிது நேரத்துக்கு உணர்ச்சியற்ற நிலையில் வைப்பதால் வலி தெரிவதில்லை.

சரி. பிரசவத்தின்போது தாய்க்கு ஏற்படக் கூடிய பிரச்னைகள் பற்றிப் பார்த்தோம். பிரசவம் என்பது தாயோடு மட்டும் முடிந்துவிடுவதில்லை. புது ஜீவனான குழந்தைக்கும் பங்கு உண்டு. அடுத்து, பிரசவத்தின்போது குழந்தைக்கு என் னென்ன ஆகும் என்பதைப் பார்ப்போம்.

லேபர் வலியின் முதல் கட்டத்தில், நச்சுக்கொடி மூலமாகத் தான் குழந்தை தனக்குத் தேவையான ஆக்ஸிஜன் மற்றும் உணவை எடுத்துக்கொள்ளும். சில குழந்தைகள், கர்ப்பப் பையின் உட்புறச் சுவர் தன் உடலை அழுத்துவதையும், தலை யில் கர்ப்பப்பையின் வாய்ப்பகுதி அழுத்துவதையும் உணரும்.

நச்சுக்கொடியின் மூலம் செல்லும் ரத்தத்தின் அளவு குறைந் தால், குழந்தையின் இதயத்துடிப்பு குறையும். மீண்டும் ரத்த ஓட்டம் சீரானால் இதயத் துடிப்பு அதிகரிக்கும். சாதாரண மாக, குழந்தையின் இதயத் துடிப்பு ஒரு நிமிடத்துக்கு 120 முதல் 160 வரை இருக்கும். 110-க்குக் கீழே குறைந்தாலோ அல்லது 170-க்கு மேல் அதிகரித்தாலோ ஆபத்து.

லேபர் வலியின் இரண்டாவது கட்டத்தில், கர்ப்பப்பையின் வாய்ப்பகுதி நன்றாக விரிவடைகிறது. அப்போது, அந்த

இடத்தில் குழந்தையின் தலை நன்கு பதியத் தொடங்கும். அப்போது, தாயும் அழுத்தம் (முக்குதல்) கொடுக்கும்பட் சத்தில், குழந்தை கொஞ்சம் கொஞ்சமாக வெளியே தள்ளப்படுகிறது. கர்ப்பப்பையில் இருந்து பிறப்பு உறுப்பைக் குழந்தையின் தலை அடைந்துவிட்டால், அடுத்த சில நிமிடங்களில் குழந்தை வெளிவந்துவிடும். அதேநேரத்தில், குழந்தையின் தலை கொஞ்சம் பெரிதாக இருக்கும்பட் சத்தில், வெளியே வருவதில் சிக்கலோ தாமதமோ ஏற்பட லாம். அப்போது, பிறப்பு உறுப்பின் கீழ்ப்பகுதியில் கத்தியால் கொஞ்சம் கிறி வழியைப் பெரிதாக்குவார்கள். இப்படி செய் வதை 'எபிஸியோடமி' (Episiotomy) என்று சொல்வோம். இதனால் பிரசவம் எளிதாகும். கிறியதால் ஏற்பட்ட புண்ணும் அடுத்த ஒரு வாரத்துக்குள் ஆறிவிடும்.

பிரசவத்தின் முக்கியமான நிலையே, பிறப்பு உறுப்பு வழியாக குழந்தையின் தலை வெளியே வருவதுதான். அது கொஞ்சம் கஷ்டமான நிலைதான். ஆனால், தலை வெளியே வந்துவிட்டால், உடல் பகுதி முழுவதுமாக வெளியே வரு வதில் எந்தச் சிக்கலோ, தாமதமோ இருக்காது.

சரி. குழந்தை பிறந்தாகிவிட்டது. அத்துடன் பிரசவம் முடிந்துவிட்டதா என்றால், இல்லை. குழந்தைக்கும் தாய்க்குமான தொப்புள்கொடி (நச்சுக்கொடி) பந்தம் இருக் கும். குழந்தை பிறந்த பிறகு, குழந்தையின் வயிற்றுப் பகுதி யில் இருந்து நச்சுக்கொடி வெட்டி எடுக்கப்படும். நச்சுக் கொடியில் நரம்புகள் இல்லை. அதனால், குழந்தைக்கு ஆபத்து ஏதும் ஏற்படாது.

அடுத்து லேபரின் மூன்றாவது நிலை. இந்த நிலையைப் பற்றித் தெரிந்துகொள்ளும் நிலையில் எந்தத் தாயும் இருக்கமாட்டாள். அவளுடைய கவனம் முழுவதும் பிறந்த குழந்தையைப் பற்றித்தான் இருக்கும்.

குழந்தை பிறந்தவுடன், நச்சுக்கொடியும் முழுமையாக வெளியேற வேண்டும். அதற்காக, 'ஆக்ஸிடாஸின்' (Oxyto-cin) என்ற மருந்து கொடுக்கப்படும். இந்த மருந்து, கர்ப்பப் பையை நன்கு சுருக்கி அதில் இருக்கும் கழிவுகளை முழுமை யாக வெளியேற்ற உதவுகிறது. (குழந்தை பிறந்தவுடன், குழந்தையைத் தாயின் மார்புக் காம்பை உறிஞ்ச விடுவதால்,

உடலில் இயற்கையாகவே ஆக்ஸிடாஸின் என்ற ஹார்மோன் சுரந்து, கர்ப்பப்பை நன்கு சுருங்கி விரிந்து கழிவுகள் எல்லாம் வெளியேறிவிடும்).

குழந்தையை வெளித்தள்ள அழுத்தம் கொடுத்ததுபோல் அழுத்தம் கொடுத்தால், ரத்தமும் சதையுமாக நச்சுக்கொடி முழுவதும் வெளியே வந்துவிடும். சில சமயங்களில், நச்சுக் கொடியின் ஒரு பகுதி உள்ளேயே தங்கிவிட வாய்ப்பு உண்டு. அதனால், அதிக ரத்தப்போக்கும், நோய்த்தொற்றும் ஏற்படும் என்பதால், நன்கு சோதனை செய்து உறுதிப்படுத்திக்கொள்ள வேண்டும்.

சில சமயம், லேபர் வலியின் இரண்டாவது கட்டம் அதிக நேரம் இருக்கக் கூடும். அதனால், தாய்க்கும் குழந்தைக்கும் அதிகக் களைப்பு ஏற்படும். நச்சுக்கொடியின் செயல்பாடு குறைவதால் போதிய ஆக்ஸிஜன் கிடைக்காமல் குழந்தை களைப்படையும். இதயத் துடிப்பும் குறையக் கூடும். சில சமயம், குழந்தை மலம் கழித்துவிடவும் வாய்ப்பு உண்டு.

இதுபோன்ற சமயத்தில், இடுக்கி போன்ற கருவியைப் பயன்படுத்தி குழந்தையின் தலையப் பிடித்து மெதுவாக இழுத்து (Forceps delivery) அல்லது உறிஞ்சி இழுக்கக் கூடிய கருவி (Vaccum extraction) மூலம் குழந்தையை வெளியே எடுத்து பிரசவத்தை எளிதாக்கலாம்.

இயற்கையாகவே, சிலருக்குப் பிரசவம் எளிதாகவும் சீக்கிர மாகவும் முடிந்துவிடும். சிலருக்கு அதிக நேரம் ஆகலாம். பொதுவாக, முதல் பிரசவம் எதிர்பார்த்த நாளுக்கு முன்பே நடைபெறலாம். சிலருக்கு, எதிர்பார்த்த நாளையும் தாண்டி பிரசவ வலி ஏற்படாமலும் இருக்கலாம். நச்சுக்கொடி அதிக நாள் உழைத்து ஓய்ந்திருக்கும். அதனால் அதன் செயல்பாடு குறைந்து குழந்தைக்குச் செல்லக் கூடிய ஆக்ஸிஜன் அளவு குறைந்து ஆபத்தை ஏற்படுத்தலாம்.

நீரிழிவு நோய் உள்ளவர்களுக்கு இது போன்ற ஆபத்து நேரலாம். அவர்களுக்கு ஆக்ஸிடாஸின் மருந்து கொடுத்து விட்டு டாக்டர் காத்திருப்பார். அதன்பிறகும், லேபர் வலி ஏற்படவில்லை என்றால், அறுவை சிகிச்சை செய்துதான் குழந்தையை வெளியே எடுக்க முடியும்.

அறுவை சிகிச்சை (Caesarian)

தாயின் அடிவயிற்றைக் கத்தியால் கிழித்து அதன் வழியே குழந்தையை வெளியே எடுப்பார்கள். இயற்கையான பிரச வத்தின்போது தாய்க்கோ அல்லது குழந்தைக்கோ அல்லது இருவருக்குமோ ஆபத்து ஏற்படலாம் என்று கருதும்பட் சத்தில் அறுவை சிகிச்சை முறையை டாக்டர் மேற்கொள் வார். அறுவை சிகிச்சை முடிந்த 3 முதல் 4 மணி நேரத்துக்குள் குழந்தைக்குத் தாய்ப்பால் கொடுக்க முடியும்.

துரதிர்ஷ்டவசமாக சிலருக்குக் குழந்தை இறந்தே பிறக்க லாம். நச்சுக்கொடியின் தொடர்பு துண்டிக்கப்பட்டு, ஆக்ஸிஜ னும் உணவும் இல்லாமல் குழந்தை இறந்துவிட வாய்ப்பு உண்டு. சுமார் 50 சதவீதம் அளவுக்கு, என்ன காரணத்தால் குழந்தை இறந்து பிறக்கிறது என்பதைக் கண்டறிய முடிய வில்லை. பிரசவத்துக்கு முன்பே குழந்தை இறந்துவிட்டது அல்லது இறக்கப்போகிறது என்பதற்கு, குழந்தையின் இதயத் துடிப்பு குறைவது அல்லது முற்றிலும் நின்றுபோவது தான் முக்கியமான அறிகுறிகள்.

அல்ட்ரா சவுண்டு ஸ்கேன் மூலம் சோதித்துப் பார்த்தால், குழந்தையின் நிலையை நன்றாகத் தெரிந்துகொள்ள முடியும். இதயத்துடிப்பு இல்லாத நிலையில் இருக்கும் குழந்தையை உடனே பிரசவிக்காவிட்டால், தாய்க்கு நோய்த்தொற்று ஏற்பட்டு ஆபத்தை விளைவிக்கலாம்.

அதனால், இயற்கையாகவோ, தூண்டிவிட்டோ அல்லது அறுவை சிகிச்சை மூலமாகவோ குழந்தையை வெளியில் எடுக்க வேண்டும். கரு, நச்சுக்கொடி மற்றும் அம்னியாடிக் திரவத்தைப் பரிசோதித்துப் பார்த்தால், எதனால் குழந்தை இறந்துபோனது என்பதைத் தெரிந்துகொள்ள முடியும். குழந்தை இறந்து பிறந்த நிலையில், தாய்க்கு நல்ல ஆலோ சனையும், தைரியமும் கொடுக்க வேண்டியது மிகவும் முக்கியம்.

அம்மா நலமா

பிரசவத்துக்குப் பிறகு, ஒரு தாய் பல்வேறு மன உணர்ச்சிப் போராட்டங்களுக்கு ஆளாக லாம். உடலும், பழைய நிலைமைக்கு மாற ஆறு வாரங்கள் வரை ஆகலாம். விரி வடைந்த கர்ப்பபை, ரத்த நாளங்கள் மற்றும் பல இனப்பெருக்க உறுப்புகளும் சுருங்கி பழைய நிலைக்கு வர சில நாள்கள் ஆகலாம்.

பிரசவம் முடிந்தவுடன் லேபர் அறையில் இருந்து தனி அறைக்குக் கொண்டு செல்லப் பட்டவுடன், தாய்க்கு ரத்தம் அழுத்தம் எப்படி இருக்கிறது என்பது பரிசோதிக்கப் படும். பிறப்பு உறுப்பில் இருந்து வெளி யேறும் ரத்தப்போக்கையும் கண்காணிக்க வேண்டும்.

உடல் வெப்ப நிலை அதிகரிக்கும்பட்சத் தில் கூடுதல் கவனம் வேண்டும். கர்ப்பப் பையில் நோய்த்தொற்று ஏற்பட்டிருந் தாலும் காய்ச்சல் வரலாம். அதற்கு உடனே

14

சிகிச்சை அளிக்க வேண்டும். உடல் வலி, மார்பகங்கள் பெரிதானதால் ஏற்பட்ட அசௌகரியம், மார்புக் காம்பில் புண், குழந்தை வெளியே வருவதற்காகப் பிறப்பு உறுப்பில் ஏற்படுத்தப்பட்ட கீறலின் வலி, தலைவலி போன்றவற்றால் தாய் பலவித சங்கடங்களுக்கு ஆளாகலாம்.

மேற்கண்ட சங்கடங்கள், குழந்தையைப் பிரசவித்த எல்லோ ருக்கும் ஏற்படக்கூடியயதுதான். அதனால் கவலைப்பட வேண்டாம். பிரசவத்துக்குப் பிறகு, தாய் சில நடவடிக்கை களை மேற்கொள்ள வேண்டும். அவை என்னென்ன என் பதைப் பார்ப்போம்.

1. சுத்தம்:

பிறப்பு உறுப்பில் போடப்பட்ட தையலை, ஒவ்வொரு முறை சிறுநீர் கழித்த பிறகும் தண்ணீர் இல்லாதவாறு சுத்தமாகவும் உலர்ந்த நிலையிலும் வைத்துக்கொள்ள வேண்டும். கழுவும்போது, பிறப்பு உறுப்பில் இருந்து மலவாயை நோக்கி அதாவது, கீழ்நோக்கிக் கழுவ வேண் டும். தினமும் குளிக்க வேண்டும். இதனால், புத்துணர்ச்சி கிடைப்பதுடன் உடலும் சுத்தமாக இருக்கும்.

2. உணவு:

பிரசவத்துக்குப் பிறகு அடுத்த இரண்டு மணி நேரத்தில், தாய் சாதாரண நிலைமைக்குத் திரும்பிவிட்டால், நிறைய திரவ உணவுகளையும் சிறிது திட உணவையும் சாப்பிடத் தொடங்கலாம். போகப் போக புரதம், தாதுக்கள் மற்றும் வைட்டமின்கள் அடங்கிய பச்சைக் காய்கறிகள், கீரைகள், பழங்கள் போன்ற, வீட்டில் சமைத்த சத்தான உணவு வகை களை நன்கு சாப்பிடவும். இவை, தாய்க்குத் தேவையான சத்துகளைக் கொடுப்பதுடன், மலச்சிக்கல் வராமலும் தடுக்கும்.

3. சிறுநீர்:

பிரசவம் முடிந்து அடுத்த ஆறு மணி நேரத்துக்குள் சிறுநீர் கழிக்காவிடில், அதற்கு முயற்சி செய்ய வேண்டும். இல்லையென்றால், கதீட்டர் என்ற கருவி மூலம் சிறுநீர்ப் பையில் இருக்கும் சிறுநீரை டாக்டர் வெளியே எடுத்து விடுவார்.

4. ஓய்வு மற்றும் தூக்கம்:

குழந்தையைப் பிரசவித்த பெண்ணுக்கு சத்தான உணவுக்குப் பிறகு போதுமான ஓய்வும் தூக்கமும் மிக மிக அவசியம். ஆனால், குழந்தை அடிக்கடி அழுது தாயைத் தூங்கவிடாமல் செய்யும். மேலும், குழந்தையையும் தாயையும் பார்க்க வரும் உறவினர்களால் தூங்கவும் முடியாது. ஆனாலும், கிடைக்கும் இடைவெளிகளில் கொஞ்சம்போல் தூங்கி எழுந்தால் புத்துணர்ச்சி கிடைக்கும்.

5. மார்பகங்கள் பராமரிப்பு:

குழந்தைக்குப் பாலூட்ட வேண்டிய கட்டாயத்துக்கு ஆளான பிறகு, மார்பகங்களையும் மார்ப்புக் காம்பு களையும் சுத்தமாக வைத்திருக்க வேண்டிய மிகவும் அவசியம். இரண்டையும், தினமும் குளிக்கும்போது சுத்தம் செய்ய வேண்டும். பாலூட்டுவதற்கு வசதியாக, முன் பக்கம் திறக்கும்படியான பிராக்களையும், ஜாக் கெட்டுகளையும் பயன்படுத்தவும். காம்புகளில் புண் ஏற்பட்டால், டாக்டரிடம் சொல்லி மருந்து வாங்கித் தடவலாம். மருந்துக்குப் பதிலாக, தாய்ப்பாலைக் கொஞ்சமாகத் தடவி வந்தாலும் புண் ஆறிவிடும். மார் பகம் கனத்து வலித்தால், குழந்தைக்கு அடிக்கடி பால் கொடுக்கலாம். வலி அதிகமாக இருந்தால், பாலை வெளி யேற்றிவிடலாம்.

6. நடைப்பயிற்சி:

இயற்கையான பிரசவம் என்றால், 24 மணி நேரத்துக்குப் பிறகு தானாகவே எழுந்து மெதுவாக நடந்து கழி வறைக்குச் சென்று வரலாம். படுத்துக்கொண்டே இருப் பதைவிட இப்படி மெல்ல எழுந்து நடக்கப் பழகினால் உடல் நிலையில் முன்னேற்றம் இருக்கும். மேலும், சிறுநீரும் மலமும் எளிதில் பிரிந்து வெளியேறும்.

7. உடற்பயிற்சி:

கர்ப்பக் காலத்தில், குழந்தையை சுமப்பதற்காக செய்த பல 'தியாகங்களில்' உடல் வலிமையும் ஒன்று. ஆக,

பிரசவத்துக்குப் பிறகு வலிவை மீண்டும் திரும்பப் பெற உடற்பயிற்சி செய்ய வேண்டியது அவசியம்.

முதலில், தரையில் படுத்துக்கொண்டு செய்யக் கூடிய உடற்பயிற்சிகளை செய்யத் தொடங்கலாம். இடும்பு எலும்புகளைப் பலம்பெறச் செய்ய இந்தப் பயிற்சி உதவும். மேலும், பிறப்பு உறுப்புப் பகுதியில் உள்ள தசைகளை இறுக்கிப் பிடித்துத் தளர்த்திச் செய்யும் உடற்பயிற்சிகளையும் மேற்கொள்ளலாம்.

பிரசவம் முடிந்த அடுத்த சில நாள்களில், வயிறு குறை வதற்காகவும், தளர்ந்த தசை இறுகுவதற்கும் சில உடற் பயிற்சிகளை டாக்டர் பரிந்துரை செய்வார். உடற்பயிற்சி களுடன், வேக நடைப்பயிற்சியையும் மேற்கொள்வது கூடுதல் பலன் சேர்க்கும்.

மனச்சோர்வு:

குழந்தையை எப்படி வளர்க்கப் போகிறோம்? குழந்தைக்கு நல்ல தாயாக இருக்க முடியுமா? என்பது போன்ற எண்ணங் களும், அவற்றால் ஏற்படக் கூடிய மனக் குழப்பங்களும், பிரசவத்துக்குப் பிறகு உடல் நிலையில் ஏற்பட்ட அசௌகரி யங்களுடன், குழந்தைக்கு சரியாகப் பாலூட்ட முடியாத பட்சத்திலும் நீங்கள் நம்பிக்கையை இழக்கலாம்.

மேலும் தூக்கம் இன்மை, உடல் வலி, ஹார்மோன்கள் செயல்பாடு மற்றும் சுரப்பு போன்றவற்றாலும் மனச்சோர் வுக்கு ஆளாகலாம். இது, பிரசவமான முதல் பத்து நாள்கள் வரை, எல்லோருக்கும் இருப்பது இயல்பான விஷயம்தான். கணவன், குடும்பத்தினர் மற்றும் உறவினர்களின் அன்பும் ஆதரவும் மட்டுமே இதற்கு நல்ல தீர்வாக அமையும்.

புத்தம் புது மலர்

பிறந்த குழந்தையை முதன்முதலாகப் பார்க்கும்போது கிடைக்கும் சந்தோஷத்தை ஒரு தாயால் தன் வாழ்நாள் முழுவதும் மறக்க முடியாது. அது, அந்தத் தாய்க்கு இரண்டாவது அல்லது அதற்கும் மேற் பட்ட குழந்தையாக இருந்தாலும் மகிழ்ச் சிக்கு அளவே இல்லை.

கர்ப்பக்காலம் முழுவதும் ஆக்ஸிஜன், உணவு என எல்லாவற்றுக்கும் முழுக்க முழுக்க தாயையே சார்ந்து 'உள்ளிருப்புப் போராட்டம்' நடத்திய குழந்தை, பிரசவத் துக்குப் பிறகு முதன் முதலில் சுயமாக சுதந்திரமாக சுவாசிக்கத் தொடங்கும். இந்த சுவாசிப்பின் தொடக்கம் அழுகையாக இருக்கும். அதாவது, பிறந்த சில நொடி களில் குழந்தையின் அழுகைதான் எல்லோ ருக்கும் சந்தோஷத்தைக் கொடுக்கிறது.

குழந்தை அழும்போது நுரையீரல் விரி வடைந்து, குழந்தையின் சருமம் வெளிர்

15

ரோஜா நிறத்துக்கு மாறுகிறது. குழந்தை, 'ரோஜாப்பூ மாதிரி இருக்கு' என்று சொல்வது சரிதான். குழந்தை அழத் தொடங் கும்போது அதன் வாயை டாக்டர் சுத்தம் செய்வார். அப் போது குழந்தைக்கு சுவாசிப்பது மேலும் எளிதாகிறது. தாயின் உடலை ஒட்டி குழந்தையைப் படுக்க வைத்துக் கொள்வதால், குழந்தைக்கு கதகதப்பு கிடைக்கிறது. மேலும், தாய்க்கும் குழந்தைக்குமான பந்தமும் 'வெளியிலும்' பலப்படும்.

அழுதால்தான் நல்லது

குழந்தை பிறந்த முதல் ஒரு மணி நேரம் என்பது தாய்க்கும் குழந்தைக்கும், உணர்ச்சிகரமான மிக உன்னதமான நேர மாகும். தாயின் கர்ப்பப்பைக்குள் அம்னியாட்டிக் திரவத்தில் நீந்திக்கொண்டிருந்த குழந்தை, முதலில் சுவாசிப்பது வாய் வழியாகத்தான். அதுதான் அழுகையாக வெளிப்படுகிறது.

முதல் அழுகை, குழந்தையின் சுவாசம் தங்கு தடையின்றி நடைபெறத் தொடங்கிவிட்டதைக் குறிக்கும். அதேநேரத் தில், பிறந்த குழந்தை நீண்ட நேரம் அழாவிட்டால், அதற்கு ஆக்ஸிஜன் பற்றாக்குறை காரணமாக இருக்கலாம். இந்த நிலை நீடித்தால், அது குழந்தையின் மூளையைத் தாக்கக் கூடும். ஆகவே, குழந்தைக்கு உடனடியாகத் தகுந்த சிகிச்சை அளிக்க வேண்டியது மிகவும் முக்கியம்.

பிறந்த குழந்தையின் உடல், சாம்பல் அல்லது நீல நிறத்தில் இருக்கும் (அழாதவரை). ஆனால், அழுத் தொடங்கி சுவா சித்த பிறகு வெளிர் ரோஜா நிறத்துக்கும் மாறிவிடும். சாதாரணமாக, நம் நாட்டில் பிறந்த குழந்தையின் உடல் எடை 2 முதல் 3 கிலோ வரை இருக்கும். முதல் சில நாள்களுக்கு எடை குறைந்தாலும், அடுத்த பத்து நாள்களுக்குள் இழந்த எடை, மீண்டுவிடும்.

பிறந்த குழந்தையைப் பார்க்கும்போது, அதன் தலை பெரிதாக இருப்பதுபோல் தெரியும். குழந்தையின் நீளம், 19 முதல் 21 இன்ச் வரை இருக்கும். இந்தத் தகவல்கள், குழந்தையின் வளர்ச்சிக் காலத்தில் ஒப்பிட்டுக்கொள்ள உதவும்.

உடலின் மொத்த நீளத்தில் 25 சதவீதம் தலைதான் இருக்கும். நாள்கள் செல்லச்செல்ல, தலை சாதாரண நிலைக்கு

வந்துவிடும். சில குழந்தைகளுக்குத் தலையில் நிறைய முடி இருக்கும். சில குழந்தைகளின் தலை வழுக்கைபோல் இருக் கும். சில குழந்தைகளுக்குத் தலையின் ஒரு பகுதி வீங்கினால் போல் இருக்கும். பிறக்கும்போது, தாயின் பிறப்பு உறுப்புப் பகுதியில் ஏற்பட்ட அழுத்தம் காரணமாக இவ்வாறு வீக்கம் ஏற்படும். ஆனால், சில நாள்களில் இந்த வீக்கம் மறைந்து விடும்.

சில சமயங்களில், இந்த வீக்கம் பெரிதாகவும், குழந்தையின் உடல் நிறம் வெளிர் நிறத்திலும் இருந்து, மஞ்சள் காமாலை தாக்கப்பட்டிருந்தால் தகுந்த சிகிச்சை அளிக்க வேண்டியது மிகவும் முக்கியம்.

தொப்புள் கொடி

தொப்புள் கொடி மிருதுவாகி, சுருங்கி, காய்ந்து, கறுத்து விடும். பிறந்த ஐந்து முதல் பத்து நாள்களில் இது உதிர்ந்து விடும். தொப்புள் கொடி தானாகவே காய்ந்து உதிரும் வரை காத்திருக்க வேண்டும். அதன் மீது மருந்து தடவுவதோ, கட்டுவதோ கூடாது. மேலும், தொப்புள் கொடியைச் சுற்றி சிவந்தோ, வீங்கியோ, ஏதாவது துர்நாற்றம் ஏற்பட்டாலோ டாக்டரிடம் காட்டி ஆலோசனை பெற வேண்டுன். ஒரு வேளை அங்கு நோய்த்தொற்று ஏற்பட்டிருக்கலாம். அத னால், மிகவும் எச்சரிக்கையாக இருக்க வேண்டும்.

குழந்தையின் இடுப்பில் கட்டும் துணியைத் தொப்புளுக்குக் கீழேதான் கட்ட வேண்டும். குளிப்பாட்டும்போது, தொப் புளை நன்கு சுத்தம் செய்ய வேண்டும். தொப்புள் கொடி காய்ந்து விழுந்த இடத்தில் இருந்து நீர் போன்று சுரக்கலாம். அதைப் பார்த்து பயப்பட வேண்டாம். சில நாள்களில் இது நின்றுவிடும். நிற்கவில்லை என்றால், அங்கு நோய்த்தொற்று ஏற்பட்டிருக்கிறதா என்பதை டாக்டரிடம் காட்டி தெரிந்து கொள்வது நல்லது.

சில குழந்தைகளுக்குத் தொப்புள் வீங்கி இருக்கலாம். குடல் இறக்கம் (Umblical Hernia) காரணமாக இப்படி ஏற்பட்டு இருக்க லாம். அதனால், குழந்தைக்கு வலியோ ஆபத்தோ இல்லை. குழந்தை நடக்கத் தொடங்கும்போது வீக்கம் குறைந்து சாதாரண நிலைக்கு வந்துவிடும். இதற்கென தனிச் சிகிச்சை

எதுவும் தேவையில்லை. ஆனால், தொப்புள் கொடியில் இருந்து ரத்தம் கசிந்தால், உடனே டாக்டரை அணுகவும்.

சில குழந்தைகளுக்கு, உடல் மடிப்புகளில் பசை (Vernix Caseosa) போன்று இருக்கும். இது, தோலில் சுரக்கக் கூடிய ஒருவித ரசாயனப் பொருளால் ஏற்படுகிறது. இந்தப் பசை, வித்தியாசமான ஒரு வாசனையாக இருக்கும்.

குழந்தையின் உடலில் மெல்லிய சிறுசிறு முடிகள் (Lanugo Hair) இருக்கும். முதுகு, தோள், காது மற்றும் முகத்தில் இருக் கும் இந்த முடிகள், பிறந்த சில நாள்களில் மறைந்துவிடும். இடுப்பு மற்றும் புட்டப் பகுதியில் நீல நிறத் திட்டுகள் (Mongolion Spots) இருக்கும் இவையும், சில நாள்களில் மறைந்துவிடும். சில குழந்தைகளுக்கு, மூக்கு, தோல் மற்றும் கன்னங்களில் சிறு சிறு வியர்க்குரு போல் கட்டிகள் (Milia) இருக்கும். இதற்கு, வியர்வைச் சுரப்பிகளின் அடைப்புதான் காரணம். இதைப்பற்றியும் பயப்பட வேண்டாம். சில நாள்களில் இவை மறைந்துவிடும்.

வேண்டாம் பயம்

இதுபோன்ற பெரும்பாலான அறிகுறிகள் எல்லாம் நிரந்தரம் இல்லாதவை. அதனால், இவற்றைப் பார்த்து பயந்து மனத்தை வருத்திக்கொள்ளத் தேவையில்லை.

சில பெண் குழந்தைகளின் பிறப்பு உறுப்பில் இருந்து ரத்தக் கசிவு ஏற்படலாம். சுமார் 25 சதவீதக் குழந்தைகளுக்கு இப்பிரச்னை இருக்கலாம். பொதுவாக, பிறந்த மூன்று முதல் ஐந்து நாள்களில் இப்படி ஏற்படும். இரண்டு முதல் நான்கு நாள்கள் வரை இருக்கும். மீண்டும் வராது. அதுபோல் வெள்ளைப்படுதலும் இருக்கலாம். தாயின் உடலில் இருக்கும் ஹார்மோன், குழந்தைக்கும் சென்றிருந்தால் இப்படி ஏற்படும். இதற்கு சிகிச்சை தேவையில்லை.

வெதுவெதுப்பான நீரில் பஞ்சை நனைத்து பிறப்பு உறுப்பை யும், மலம் கழித்த பிறகு, பிறப்பு உறுப்பில் இருந்து மல வாயை நோக்கி சுத்தம் செய்தால் போதும்.

சில ஆண் குழந்தைகளுக்கு, விரைக்கோளம் (Scrotum) வீங்கியதுபோல் இருக்கும். இதற்கு, விதைப் பையையச் சுற்றி

திரவம் சூழ்ந்திருப்பதுதான் காரணம். பெரும்பாலான குழந்தைகளுக்கு இப்பிரச்னை தானாகவே சரியாகிவிடும். வீக்கம் குறையாவிட்டால் டாக்டரிடம் காட்டி ஆலோசனை பெறுவது நல்லது.

சில சமயங்களில், வயிற்றிலேயே விதைப்பை தங்கிவிடுவது உண்டு. அதற்கு, டாக்டரிடம் காட்டி சிகிச்சை பெறவும். குழந்தையை ஒவ்வொரு முறை குளிப்பாட்டும்போது ஆண் உறுப்பைச் சுத்தம் செய்யவும். ஆண் உறுப்பின் முன் தோலை பின் நோக்கி இழுக்கக் கூடாது. முதலில் இறுக்கமாக இருக்கும் இந்தத் தோல், குழந்தை வளர வளர தளர்ந்துவிடும். மேலும், முன்தோல் நுனியை நீக்க வேண்டிய அவசியமும் இல்லை. (சில மதச் சடங்குப்படி, ஆண் குழந்தைகளின் பிறப்பு உறுப்பின் முன் தோல் நீக்கப்படுகிறது).

சில குழந்தைகளுக்குப் பிறந்தவுடன் மார்பகங்கள் விரி வடைந்து பால் போன்ற திரவம் சுருக்கலாம். தாயிடம் இருந்து 'ஈஸ்ட்ரோஜன்' என்ற ஹார்மோன், குழந்தையின் உடலில் கலப்பதே இதற்குக் காரணம். மார்பைப் பிதுக்கி இதை வெளியேற்றலாம்.

சில குழந்தைகளின் தோல் மற்றும் கண்ணின் விழித்திரை, மஞ்சள் நிறமாக இருக்கும். குழந்தை பிறந்த 48 மணி நேரத்துக்குப் பிறகு இப்படி தோன்றலாம். இதை மஞ்சள் காமாலை என்றும் சொல்லலாம். ஆனால், இதற்கும் பெரிய வர்களுக்கு வரும் மஞ்சள் காமாலைக்கும் வித்தியாசம் இருக் கும். பிறந்த குழந்தைகளுக்கு வரும் இந்த மஞ்சள் காமாலை, சில நாள்களிலேயே போய்விடும். அதேநேரத்தில் இந்த மஞ்சள் காமாலை நீண்ட நாள்கள் குணமாகாமல் இருந் தாலும், குழந்தையின் மலம் வெண்மையாக இருந்தாலும் உடனே டாக்டரிடம் காட்டி தகுந்த சிகிச்சை அளிக்க வேண் டும். முதல் குழந்தைக்குப் பிறந்தபோது மஞ்சள் காமாலை இருந்திருந்தால் அதை, இரண்டாவது கர்ப்பத்தின்போது டாக்டரிடம் சொல்ல மறக்கக் கூடாது.

கூட்டுக்கு கூட்டிச் செல்லுங்கள்

பிரசவத்துக்குப் பிறகு வீட்டுக்குச் செல்வதில் தாய் மிகவும் ஆவலாக இருப்பாள். வீட்டுக்குப் போனால், தன்னையும் குழந்தையையும் பார்த்துக்கொள்ள கணவர், குடும்பத்தினர் மற்றும் உறவினர்கள் இருப்பார்கள். ஆத்திர, அவசரத்துக்கு மிகவும் உதவியாக இருக்கும். நாம் கொஞ்சம் ஓய்வு எடுக்கலாம் என்று நினைப்பாள்.

சாதாரண, இயற்கையான பிரசவம் என்றால் இரண்டு அல்லது நான்கு நாள்களில் வீட்டுக்கு வந்துவிடலாம். அதுவே, அறுவை சிகிச்சை என்றால், நாள்கள் கொஞ்சம் அதிகமாகும்.

குழந்தையோடு வீட்டை அடையும் போதே, தாயின் மனத்துக்குள் ஒருவித புத்துணர்ச்சியும் மகிழ்ச்சியும் ஏற்பட்டு விடும். இனி கவலை இல்லை என்ற எண்ணமே

16

அவளை விரைவில் தினசரி வாழ்க்கை நிலைக்குக் கொண்டு வந்துவிடும்.

குழந்தையையும் தாயையும் பார்க்க விருந்தினர்களும் நண்பர்களும் வீட்டுக்கு வந்தபடி இருப்பார்கள். அவர்களைக் கவனிக்க வேண்டி இருக்கும். குழந்தைப் பராமரிப்பு பற்றி அவர்கள் சொல்லும் அறிவுரைகளைக் கேட்டுக்கொண்டால் மிகவும் உதவியாக இருக்கும். இவ்வளவுக்குப் பிறகும், இடையிடையே குழந்தைக்குப் பாலூட்ட தாய் மறந்துவிடக் கூடாது. மற்ற எல்லா 'வேலை'களை விடவும், குழந்தைக்குப் பாலூட்டுவதுதான் தாய்க்கும் முதல் முக்கியமான வேலை.

குழந்தையைப் பார்க்க வருபவர்கள், குழந்தையைத் தூக்கி கையில் வைத்துக் கொள்வார்கள். முத்தம் கொடுப்பார்கள். முகத்துக்கு அருகே குனிந்து பேசுவார்கள். இவற்றால், குழந்தைக்கு நோய்த்தொற்று ஏற்பட வாய்ப்பு உண்டு. அதனால், தாயைத் தவிர மற்றவர்கள் யாரும் குழந்தையைத் தொடாமல் தூர இருந்து பார்ப்பதே நல்லது.

குழந்தை பிறந்ததால் தாய்க்கு எந்த அளவுக்கு மகிழ்ச்சி இருக்குமோ அதே அளவு மகிழ்ச்சி தந்தைக்கும் இருக்கும். குடும்பத்தில் புதிய வரவான குழந்தையைக் கவனித்துக் கொள்வதிலும் அதற்குத் தேவையான பணிவிடைகளைச் செய்வதிலும்தான் தாய்க்கு அதிக நேரம் செலவாகும். அப்போது, கணவரைக் கவனிக்க முடியாமல் போகலாம். அது, கணவருக்கு ஒருவித தனிமையை, ஏக்கத்தை ஏற்படுத்தி விடலாம். அதனால், குழந்தையைப் பராமரிக்கும் பணியில் கணவரையும் ஈடுபடுத்தினால் அவருக்குக் குழந்தை மீது கூடுதல் ஈடுபாடும் ஈர்ப்பும் அக்கறையும் ஏற்படும்.

கர்ப்பமாக இருந்ததால் நீண்ட நாள்கள் உடலுறவு கொள்ளா மல் இருந்ததால், பிரசவத்துக்குப் பிறகு உடலுறவு கொள் வதில் ஈடுபாடு அதிகரிக்கலாம். சாதாரண இயற்கையான முறையில் பிரசவம் நடைபெற்றிருந்தால், ஆறு வாரம் முடிவதற்குள்ளாகவே உடலுறவு கொள்ள சிலர் முயற்சிப் பார்கள். அதேநேரத்தில், தூக்கம் இல்லாமை, அறுவை சிகிச்சை மூலம் பிரசவம் என்றால் போடப்பட்ட தையலால் ஏற்படும் வலி, மார்பகக் காம்பில் புண் போன்றவற்றால் உடலுறவில் சில பெண்கள் ஆர்வம் இல்லாமல் இருப்பார்கள். இந்த நிலையில், கணவன்-மனைவி இடையே பரஸ்பர

புரிந்துகொள்ளுதல் மிகவும் அவசியம். குழந்தை பிறந்து விட்டாலும், உடலுறவால் மீண்டும் கர்ப்பம் அடைய வாய்ப்பு உள்ளதால், டாக்டரின் ஆலோசனையின்பேரில் கணவன்-மனைவி இருவரும் கருத்தடை முறைகளைப் பின்பற்றுதல் அவசியம்.

பிரசவத்துக்குப் பிறகு, பெண்ணுக்குத் திடீரென்று உடல் எடை குறையலாம். மார்பகம் பெரிதாகிவிடலாம். வயிற்றில் வெள்ளைக் கோடுகள் என உடல் அளவில் நிறைய வித்தி யாசங்கள் தெரியும். தொடர்ந்த உடற்பயிற்சி மற்றும் தாய்ப்பால் தருவதன் மூலம் உடலைப் பழைய நிலைக்குக் கொண்டு வந்துவிடலாம். குழந்தைக்குத் தாய்ப்பால் ஊட்டுக் காலத்தில், 'டயட்' என்ற பெயரில் உணவுக் கட்டுப்பாடு கூடாது. இதனால், தாய்ப்பால் உற்பத்தி குறையக் கூடும். ஏழு நாள்களுக்குப் பிறகு ரத்தப்போக்கு குறைந்துவிடும். அது தொடர்ந்தால் டாக்டரிடம் ஆலோசனை பெறவும்.

வேலைக்குப் போகும் பெண்கள், முதல் ஒரு சில மாதங் களுக்குக் குழந்தையைப் பிரியாமல் இருப்பது நல்லது. எவ்வளவு நாள்களுக்கு விடுப்பு எடுத்துக்கொள்ள முடியுமோ அவ்வளவு நாள்களுக்கு விடுப்பு எடுத்துக்கொண்டு குழந்தை யுடன் இருக்க வேண்டும். தூக்கம் இன்மை, குழந்தைப் பராமரிப்பு, தாய்ப்பால் கொடுத்தல், அறுவை சிகிச்சையால் போடப்பட்ட தையல் என உடலும் மனதும் களைப்படைந் திருக்கும் நிலையில், வேலைக்குச் சென்றால், வேலையிலும் கவனம் செலுத்த முடியாது. குழந்தையைச் சுற்றியே எண்ணம் இருக்கும். அதனால், நன்றாக ஓய்வு எடுத்துக்கொண்டு, உடல் மீண்டும் பழைய நிலைமைக்குத் திரும்பிய பிறகு வேலைக்குச் செல்ல வேண்டும்.

பிரசவம் நடைபெற்று நான்கு முதல் ஆறு வாரங்களில் டாக்டரை மீண்டும் பார்க்க வேண்டும். அப்போது, உங்களின் எடை, ரத்த அழுத்தம், உடல் நிலை போன்றவற்றை அவர் சோதனை செய்வார். நிறை, குறைகள் இருந்தால் அவரது ஆலோசனைகளைக் கேட்டு அதன்படி நடக்க வேண்டும். மேலும், கருத்தடை முறைகள் பற்றி அப்போது கேட்டுத் தெரிந்து பின்பற்றலாம்.

செல்லப் பராமரிப்பு

பல மாதங்களாகப் பட்ட துன்பத்துக்குக் கை மேல் பலன் கிடைத்துவிட்டது என்பதை, குழந்தை பிறந்துவிட்டதன் மூலம் கண்கூடாகக் காணலாம். இனிமேல் கணவன்-மனைவி இருவருக்கும் அவர்களுடைய ஆசை, கனவு, எதிர்காலம் எல்லாம் அந்தக் குழந்தைதான். அதுவே, முதல் குழந்தையாக இருந்தால், தாய்-தந்தை இருவரின் உலகமே அந்தக் குழந்தையைச் சுற்றித்தான் இருக்கும்.

பிறந்த குழந்தை இப்படித்தான் இருக்க வேண்டும் என்ற விதிமுறை எதுவும் கிடையாது. ஒவ்வொரு நாளும் அதன் வளர்ச்சியிலும் நடவடிக்கையிலும் வித்தியாசங்கள் இருக்கலாம். ஒருவேளை, எதிர்காலத்தில் குழந்தை இப்படித்தான் இருக்க வேண்டும் என்று தாய்-தந்தை இருவரும் மேற்கொள்ளும் நடவடிக்கைகள், குழந்தையின்

17

செயல்பாடுகளில் மேலும் சில வித்தியாசங்களைக் காட்டலாம்.

முதல் இரண்டு மாதங்களுக்கு, குழந்தையின் கழுத்தைச் சுற்றி தசைகள் தளர்ந்து இருக்கும். தலை நிற்காமல் ஆடிக் கொண்டிருக்கும். அதனால், குழந்தையைத் தூக்கும்போது, கழுத்துக்கு அடியில் ஒரு கையை வைத்தும், ன் பிட்டம் அல்லது இடுப்பில் இன்னொரு கையை வைத்தும் தூக்க வேண்டும்.

அடக்கமான, அமைதியான, கதகதப்பான இடமான கர்ப்பப் பையில் இருந்த இருந்த குழந்தை, மிகவும் புதிதான சூழ் நிலைக்குத் தன்னைப் பொருத்திக்கொள்ள சற்று சிரமப் படலாம். உடலைச் சுற்றியிருக்கும் துணியைக் கொஞ்சம் அகற்றினாலே, குளிரால் குழந்தை அழத் தொடங்கும். அதனால், குழந்தையின் உடலை மிருதுவான துணியால் சுற்றி கதகதப்பாக வைக்க வேண்டும்.

அதேபோல் பசிக்கும்போது அழத் தொடங்கும். குழந்தை தன் வாழ்க்கையின் தொடக்கத்தில் முதலில் உணரத் தொடங்கு வது பசியையும், குளிரையும்தான். முதல் இரண்டு நாள் வரை குழந்தை தூங்கிக்கொண்டேதான் இருக்கும். பிறகு சுறுசுறுப் பாக இருக்கத் தொடங்கும்.

அழுவதன் மூலம், தனக்கு 'இது' தேவை என்று குழந்தை உணர்த்துகிறது என்பதைத் தாய் புரிந்துகொள்ள வேண்டும். குழந்தை, பசியால் அழுகிறதா அல்லது ஏதாவது வலியால் அழுகிறதா என்பதை சில நாள்களிலேயே ஒரு தாயால் வேறுபடுத்தி அறிந்துகொள்ள முடியும். அது எப்படி?

1. பசியால் அழுதால், உணவு கிடைக்கும் வரை அழு வதை நிறுத்தாது.

2. தூக்கம் வந்தால், தூளியில் போட்டோ அல்லது மடி யில் போட்டோ ஆட்டும்வரை நிறுத்தாது.

3. கர்ப்பப்பையில் இருந்தபோது, தாயின் இதயத் துடிப்பு, மூச்சு விடும் ஓசை, வயிற்றுப் பகுதி உறுப்பு கள் செயல்படும்போது ஏற்படும் ஓசை என கேட்டுப் பழகியதால், இருக்கும் இடம் அமைதியாக இருந் தால், வித்தியாசம் கருதி அழக் கூடும்.

4. சிறுநீர் கழித்து உடை நனைந்துவிட்டால் அசௌகரிய மாக உணர்ந்து அழலாம்.

5. உடல்நிலை சரியாக இல்லாவிட்டாலும் அழலாம்.

6. பார்க்க வந்தவர்களின் சத்தத்தாலும் அழலாம்.

முதல் ஒரு சில நாள்களுக்கு, குழந்தையின் மலம் கரும்பச்சை நிறத்தில் இருக்கும். தாய்ப்பால் பருகப் பருக மஞ்சள் நிறத் தில் கெட்டியாக இல்லாமல் நெகிழ்வாக மலம் கழிக்கும். ஒருநாளில் பலமுறை மலம் கழிக்கலாம். அதனால் பயப்பட வேண்டாம்.

சுத்தமான, சுகாதாரமான சூழ்நிலையில் (கர்ப்பப்பை) இருந்துதான் குழந்தை வெளிவந்திருக்கும். இருந்தாலும், வெளி உலகுக்கு வந்த பிறகு தாயின் அரவணைப்பும் உடல் கதகதப்பும் தேவையாக இருக்கும்.

குழந்தையைக் குளிப்பாட்டும்போது கவனமாகக் குளிப்பாட்ட வேண்டும். பிறந்த குழந்தையின் தோலில் வெர்னிக்ஸ் எனப் படும் பசை போன்ற பொருள் இருக்கும். குளிப்பாட்டும்போது, அதைத் தேய்த்து எடுக்கக் கூடாது. மேலும், குழந்தையைத் தினமும் குளிப்பாட்ட வேண்டிய அவசியமும் இல்லை.

சிறுநீர், மலம் கழிக்கும்போது மட்டும் வெதுவெதுப்பான நீரால் துடைத்து சுத்தம் செய்தால் போதும். ஆயில் மசாஜ் கொடுக்கலாம். இதனால், குழந்தையின் எடை அதிகரிப்ப தாகக் கண்டறிந்துள்ளனர். அதேநேரத்தில், மசாஜ் செய்யும் போது அதிக அழுத்தம் கொடுக்கக் கூடாது. அதிக அழுத்தத் தால், குழந்தையின் மெல்லிய எலும்புகள் உடைந்துவிட வாய்ப்பு உண்டு.

மேலும், தோல் உரிதல், சிறு கொப்புளங்கள் தோன்றுதல் போன்ற பக்க விளைவுகள் தோன்றினால், மசாஜ் செய்வதை நிறுத்திவிட வேண்டும். குளிப்பாட்டிய உடனே, மிருதுவான துணியால் சுற்றி பாலூட்ட வேண்டும். பால் குடித்தவுடன் குழந்தை தூங்கிவிடும்.

குழந்தை அடிக்கடி சிறுநீர் கழித்துக்கொண்டே இருக்கும். அடிக்கடி துணியை மாற்றிக்கொண்டேதான் இருக்க வேண்டும்.

துணிக்குப் பதிலாக, ஒருமுறை மட்டுமே பயன்படுத்தக் கூடிய நேப்பிகள் இருக்கின்றன. வேண்டுமானால் அவற்றைப் பயன்படுத்தலாம்.

ஆண் குழந்தையைச் சுத்தம் செய்யும்போது, மிருதுவான துணியால் காலின் வழியாக வழிந்த சிறுநீரைத் துடைத்து விட்டு, பிறகு ஆண் உறுப்பை நன்றாகத் துடைக்க வேண்டும். முன் தோலை பின்னால் இழுக்கக் கூடாது.

பெண் குழந்தையாக இருந்தால், இரு கால்களையும் பிடித்து மேலே தூக்கி, புட்டத்தைத் துடைக்க வேண்டும். பிறப்பு உறுப்பை மேல் இருந்து கீழ் நோக்கித் துடைக்க வேண்டும். வெதுவெதுப்பான நீர் மட்டும் போதும். சோப் வேண்டிய தில்லை. பவுடரும் தேவையில்லை.

காட்டன் துணிகளைப் பயன்படுத்துவது நல்லது. இவை விலை மலிவாகக் கிடைப்பதுடன், துவைக்கக் கூடியதாக வும், மீண்டும் உபயோகிக்கக் கூடியதாகவும் இருக்கும். முக்கியமாக, இவற்றால் குழந்தைக்கு அரிப்பு, கொப்புளங் கள் போன்றவை ஏற்படாது.

ஒருமுறை மட்டும் பயன்படும் நேப்பிகளை, வெளியூர் பயணப் செய்யும்போதோ, பொது இடங்களுக்குச் செல்லும் போதோ பயன்படுத்தலாம். அவற்றால், குழந்தையின் சருமத்துக்கு ஏதாவது பாதிப்பு ஏற்பட்டால், அவற்றைப் பயன்படுத்த வேண்டாம்.

மேலும், சிறுநீர், மலம் கழித்த குழந்தையை நன்றாகத் துடைத்த பிறகு, சிறிது நேரத்துக்கு நேப்பியோ, துணியோ கட்டாமல் இருக்க வேண்டும். அப்போதுதான், கழுவிய இடங்களில் காற்று பரவி உலரும். நாள் முழுவதும் நேப்பியோ துணியோ கட்ட வேண்டிய அவசியம் இல்லை.

தூக்கம்

பிறந்த குழந்தை, பொதுவாக நாள் முழுவதும் தூங்கிக் கொண்டேதான் இருக்கும். கிட்டத்தட்ட 16 மணி முதல் 18 மணி நேரம் வரை தூங்கும். கர்ப்பப்பையில் (இருள் பிர தேசம்) இருந்ததால், அதனால், இரவு-பகல் பிரித்தறியத் தெரியாமல் தூங்கிக்கொண்டே இருக்கும்.

பல பேர், இரவு முழுவதும் குழந்தை தூங்காமல் அழுது கொண்டே இருந்ததால், தானும் தூங்காமல் உட்கார்ந்து கொண்டே இருந்ததாகவும் சொல்வது உண்டு. கொஞ்சம் பொறுமையாக இருந்தால், சில நாள்களிலேயே குழந்தை யின் தூக்கம் ஒரு வரைமுறைக்குள் வந்துவிடும்.

சில சமயம், சோம்பேறித்தனம், அழுகைக் குறைவு, காய்ச் சல், பால் குடிக்க ஆர்வம் இல்லாமை, உடல் வெப்பநிலை குறைதல், மிக அதிகத் தூக்கம் போன்ற அறிகுறிகள் இருந் தால், உடனே டாக்டரைப் போய்ப் பார்க்கவும்.

நாள்கள் செல்லச் செல்ல குழந்தை தூங்கும் நேரம் குறையும். நன்கு பசித்து அழும். விளையாடும். குழந்தையின் வயிறு மிகவும் சிறியது. அதனால், மூன்று அல்லது நான்கு மணிக்கு ஒருமுறை பாலூட்ட வேண்டும். முதல் ஐந்து அல்லது ஆறு வாரங்களுக்குக் குழந்தையைத் தொடர்ந்து ஐந்து மணி நேரத்துக்கு மேல் தூக்கவிடக் கூடாது.

எடை குறைந்து பிறந்த குழந்தைக்கு அடிக்கடி பாலூட்டுவது அவசியம். தூங்கிக்கொண்டிருந்தாலும், எழுப்பி பாலூட்ட வேண்டும்.

நான்கு மணி நேரத்துக்கு ஒருமுறை குழந்தை விழித்துக் கொள்ளும் வகையில் அதன் தூக்க முறையை மாற்ற வேண்டும். அது குழந்தையின் உடல் நலத்துக்கு நல்லது. ஏனெனில், தொடர்ந்து தூங்கிக்கொண்டிருந்தால், குளிர், பசி, நோய் இருந்தால் அவற்றைக் குழந்தையால் தெரிவிக்க இயலாமல் போய்விடும். முதல் ஆறு மாதங்களுக்குத்தான் இப்படி இருக்கும். பிறகு, இரவில் தூங்கி, பகலில் விளை யாடத் தொடங்கிவிடும்.

தூங்கும் விஷயத்தில் ஒவ்வொரு குழந்தையும் வித்தியாசப் படும். குழந்தை பிறந்த சீதோஷ்ணநிலை, சுற்றுப்புறச் சூழல், உடல்நிலை போன்றவை குழந்தைக்குக் குழந்தை மாறு படும். அதனால், சில குழந்தைகள், அதிகமாக அழும். சில குழந்தைகள், அமைதியாக இருக்கும். சில குழந்தைகள், ஒழுங்காகத் தூங்கிவிடும். சில குழந்தைகள், நேரம் கெட்ட நேரத்தில் எழுந்துவிடும். பொதுவாக, பாலூட்டும்போது மட்டும் குழந்தையை எழுப்பிப் பால் கொடுத்துவிட்டுத் தூங்கவிட வேண்டும்.

சாதாரணமாக, குழந்தைக்குத் தூக்கம் வந்தால் கண்களைக் கைகளால் தேய்க்கும். கொட்டாவி விடும். சில குழந்தைகள் அழும். அப்போது, குழந்தையைக் கையில் தூக்கி வைத்திருந் தால், குழந்தையைப் படுக்கையில் போட்டுவிட்டால் சிறிது நேரத்தில் தூங்கிவிடும். குழந்தை தூங்க முற்படும்போது, இசையைக் கேட்கச் செய்யலாம். தாலாட்டு பாடலாம். குழந்தையைக் கையில் தூக்கிவைத்து ஆட்டித் தூங்க வைக்க முயற்சிக்க வேண்டாம். அப்படி பழக்கவிட்டால், இரவில் விழித்துக்கொண்டால் பிறகு அதனால் தானே தூங்கத் தெரி யாமல் அழும். ஆகவே, நல்ல தூக்க முறையைப் பழக்க விட்டால் வளர வளர பிரச்னை இருக்காது.

குழந்தையை எப்போதும் அதன் முதுகுப்பகுதி தரையில் படும்படி படுக்கவைக்க வேண்டும். பக்கவாட்டிலும் படுக்க வைக்கலாம். தலையணை கூடாது. மெல்லிய போர்வையால் நெஞ்சு வரை மூடி விடவும். குழந்தையோடு சேர்ந்து அதன் படுக்கையில் பெரியவர்கள் படுக்கக் கூடாது. குழந்தையின் தலையின் வடிவத்தை, தலையைச் சுற்றி தலையணைகள் போட்டு மாற்ற முடியாது. ஆனால், குழந்தையின் தலை பெரிதாகவோ, நீளமாகவோ இருந்தால், அது போகப்போக சரியாகி சாதாரண வடிவத்துக்கு வந்துவிடும்.

பாப்பாவுக்கு பாலூட்ட சில டிப்ஸ்

பெரியவர்களைப் போலவே, குழந்தைக் கும் புரதம், கார்போஹைட்ரேட்ஸ், கொழுப்பு, வைட்டமின் மற்றும் தாதுக்கள் அடங்கிய சமச் சீரான உணவு அவசியம் தேவை. இவை அத்தனையும் தாய்ப்பாலில் இயற்கையாகவே சரியான விகிதத்தில் அடங்கியுள்ளன.

தாய்ப்பாலில் உள்ள சத்துகளால், குழந்தை யின் உடல் எடை போதுமான அளவுக்கு அதிகரித்து, ஆரோக்கியமாக வளர உதவு கிறது. மேலும், குழந்தைக்குப் போதுமான நோய் எதிர்ப்புச் சக்தியும் கிடைக்கிறது.

மார்பகங்கள் பெரிதாக இருந்தால் பால் அதிகமாகச் சுரக்கும் என்பது தவறான கருத்து. கொழுப்பு அதிகமாக இருந்தால் மார்பகம் பெரிதாகும். மார்பகத்தின் அள வுக்கும் சுரக்கும் பாலின் அளவுக்கும் எந்த சம்பந்தமும் இல்லை.

18

மார்பகத்துக்குள், பால் உற்பத்தியாகும் சுரப்பிகள் உள்ளன. மார்புக் காம்பை குழந்தை உறிஞ்சும்போது, பால் உற்பத்தியைத் தூண்டும் 'ப்ரொலாக்டின்' என்ற ஹார்மோன் சுரக்கிறது. இந்த ஹார்மோன், பால் உற்பத்தி ஆகும் சுரப்பிகளைத் தூண்டி பாலை உற்பத்தி செய்ய வைக்கிறது.

மார்புக் காம்பை, குழந்தை மேலும் மேலும் உறிஞ்சும்போது, ஆக்ஸிடாஸின் என்ற இன்னொரு ஹார்மோன் சுரந்து, காம்பைச் சுற்றி கறுப்பாக இருக்கும் பகுதிக்கு அடியில் இருக்கும் 'லேக்டிஃபெரஸ் சைனஸ்' என்ற குழாய்ப் பகுதிக்குப் பாலை அனுப்பி, காம்பு வழியாக பாலை வெளியே அனுப்புகிறது.

அதாவது, பாலுக்காக ஏங்கும் குழந்தையைத் தாய் பரிவுடன் பார்க்கும்போது இந்த ஆக்ஸிடாஸின் என்ற ஹார்மோன் சுரந்து பால் சுரப்பதையும், அது மார்புக் காம்பை அடைந்து அதன் வழியே வெளியேறுவதையும் முறைப்படுத்துகிறது.

பெரும்பாலான பெண்களுக்கு, அதுவும் முதல் குழந்தையைப் பெற்றவர்களுக்கு, பிரசவம் ஆகி இரண்டு, மூன்று நாள்களுக்குப் பிறகு பால் சுரக்கும் அறிகுறியே இல்லாமல் மார்பகம் மிருதுவாகவும் சிறியதாகவும் இருக்கும். 'கொலஸ்ட்ரம்' எனப்படும் மஞ்சள் நிறத் திரவம் கொஞ்சம்போல் சுரக்கும். ஆனால், அடுத்த வாரத்திலேயே திடீரென்று அதிக அளவு பால் சுரக்கக் கூடும். அடுத்த வாரத்தில், மறுபடியும் மார்பகம் சிறிதாகிவிடலாம். பால் வற்றிவிட்டதோ என்று எண்ணத் தோன்றும். அதைப்பற்றிக் கவலைப்பட வேண்டாம். தேவைப்படும்போது பால் சுரக்கத் தொடங்கிவிடும்.

குழந்தைக்குப் போதுமான அளவுக்குப் பால் கிடைக்க, மார்புக் காம்பைச் சுற்றி கறுப்பாக உள்ள பகுதியை நன்கு வாயால் அழுத்தி உறிஞ்ச வேண்டும். காம்பை மட்டும் உறிஞ்சினால் பலன் கிடைக்காது. தாயும், குழந்தைக்குப் பால் கொடுக்கும்போது, கவலைகளை விட்டு, சந்தோஷமான மனநிலையுடன் இருந்தால் பால் நன்கு சுரக்கும். மேலும், குழந்தையின் முகத்தைப் பார்த்துக்கொண்டே கொடுக்க வேண்டும். எதிர்மறையான எண்ணங்களால், பால் சுரப்பது குறையக் கூடும்.

குழந்தை பிறந்தவுடனேயே பால் கொடுக்கத் தொடங்கிவிட வேண்டும். ஆக்ஸிடாஸின் ஹார்மோன் சுரக்க சுரக்க, தாயின் உதிரப்போக்கு குறையும். குழந்தையும், பிறந்த சில நிமிடங் களில் பால் குடிக்க ஆர்வமாகவும் இருக்கும். தாயோ, குழந்தையோ களைப்பால் தூங்கிவிட்டால், தாயால் பால் கொடுக்க முடியாது. குழந்தையாலும் பால் குடிக்க முடியாது. இதனால், பால் குடிப்பதில் குழந்தைக்கு ஆர்வம் குறைந்து போகலாம். ஆகவே, எவ்வளவு சீக்கிரம் பால் கொடுக்கத் தொடங்குகிறீர்களோ அந்த அளவு குழந்தைக்கு நல்லது. குழந்தையும் ஆர்வத்துடன் நன்கு உறிஞ்சி பால் குடிக்கும்.

அறுவை சிகிச்சை மூலம் பிரசவம் நடைபெற்றிருந்தால், பிரச வத்துக்குப் பிறகு தூக்க மருந்து, வலி நிவாரணி போன்ற வற்றை எடுத்துக்கொள்வதைத் தவிர்ப்பது நல்லது. ஏனெ னில், தூக்க மருந்தோ, வலி நிவாரணியோ எடுத்துக் கொண்டால், தூங்கிவிட நேரிடலாம். குழந்தைக்குப் பால் கொடுக்க முடியாமல் போகும்.

பால் குடிக்கும் கால அளவு என்பது குழந்தைக்குக் குழந்தை வேறுபடும். சிலர் எவ்வளவு சாப்பாடு இருந்தாலும் சீக்கிர மாகச் சாப்பிட்டுவிடுவார்கள். சிலர், குறைவான சாப்பாடு என்றாலும் மெதுவாகச் சாப்பிடுவார்கள். அதுபோல், சில குழந்தைகள் பத்து நிமிடங்களில் பாலைக் குடித்து முடித்து விடும். ஆனால், சில குழந்தைகளோ அரை மணி நேரம் வரை கூட பால் குடிக்கும். குழந்தை வளர வளர, பால் குடிக்கும் நேரம் குறைந்துவிடும். அதாவது, வயிறு நிறைந்துவிட்டால், பால் குடிப்பதை குழந்தை நிறுத்திவிடும்.

ஒரு பக்க மார்பில் பால் குடித்தும் பசி குறையவில்லை என்றால் குழந்தை அழும். இன்னொரு பக்க மார்புக்கு மாற்றும்போது, அங்கு உறிஞ்சிக் குடிக்கத் தொடங்கிவிடும். ஒவ்வொரு முறையும், இரு மார்பகங்களிலும் மாறி மாறி பால் கொடுக்கத் தேவையில்லை. ஆனால், ஞாபகம் வைத்து ஒருமுறை வலது பக்க மார்பில் பால் கொடுத்தால், அடுத்த முறை இடது பக்க மார்பில் பால் கொடுக்கவும்.

குழந்தையின் தேவைக்கு ஏற்ப அடிக்கடி பால் கொடுக்க வேண்டும். முதல் இரண்டு வாரங்களில் இரண்டு அல்லது மூன்று மணிக்கு ஒருமுறை பால் கொடுக்கவேண்டி

இருக்கும். தாய்ப்பால் விரைவில் ஜீரணம் ஆகிவிடும். அதனால், குழந்தைக்கு உடனே பசி எடுத்துவிடும். பசும்பால் போன்றவை ஜீரணம் ஆக வெகுநேரமாகும். அதனால், பிறந்த குழந்தைக்குத் தாய்ப்பால் தவிர வேறு பால் கொடுக்க வேண்டாம். அப்படி கொடுத்தால் அந்தக் குழந்தைகளுக்கு அதிக நேரம் பசி எடுக்காது. இரவு நேரங்களில், குழந்தை தூங்கிவிட்டாலும் எழுப்பி பால் கொடுக்க வேண்டும் என்பதை மறக்கக் கூடாது.

பிறந்த குழந்தைக்கு, முதல் 6 மாதங்களுக்குத் தாய்ப்பால் மட்டுமே கொடுக்க வேண்டும். அதற்குப் பிறகு, பசும்பால் போன்றவற்றுடன் தாய்ப்பாலும் சேர்த்துக் கொடுக்க வேண்டும். கண்டிப்பாக ஓர் ஆண்டு வரை குழந்தைக்குத் தொடர்ந்து தாய்ப்பால் கொடுக்க வேண்டும். சில குழந்தை கள் தானாகவே தாய்ப்பால் குடிக்கும் ஆர்வத்தைக் குறைத்துக் கொள்ளும். அப்போது விட்டுவிடலாம்.

கொலஸ்ட்ரம் – 'முதல் தடுப்பூசி'

பிரசவம் நடைபெற்ற முதல் ஓரிரண்டு நாள்களில் தாயின் மார்பில் இருந்து 'கொலஸ்ட்ரம்' என்ற மஞ்சள் நிற திரவம் சுரக்கும். இது பாலைவிட சற்று அடர்த்தியாக இருக்கும். அளவில் கொஞ்சம்போலத்தான் சுரக்கும். ஆனாலும், பிறந்த குழந்தைக்கு இது போதும். இந்த கொலஸ்ட்ரமில் நோய் எதிர்ப்புச் சக்தி அதிகம் இருக்கும். அதனால், இதை குழந்தை யின் முதல் தடுப்பூசி என்றுகூட சொல்லலாம்.

பிறந்த குழந்தை, கொலஸ்ட்ரமைச் சாப்பிடுவதற்கு முன் பசும்பால் அல்லது வேறு உணவு எதையாவது சாப்பிட்டு விட்டால், அதன் குடல் பகுதி பாதிக்கப்படும். அதனால், இயற்கையே குழந்தையின் ஆரோக்கியத்தை முன்னிட்டு இந்தப் பாதுகாப்பை வழங்கியிருக்கிறது. இந்த கொலஸ்ட் ரம், கொடுப்பதால் குழந்தைக்கு மலம் நன்கு வெளியேறும். மஞ்சள் காமாலை வராமல் தடுக்கும்.

குழந்தை பிறந்தவுடன் அதற்குப் பசி அதிகம் இருப்ப தில்லை. உடலில் தேவையான அளவு க்ளுக்கோஸ் இருப்ப தால் பசி தெரியாது. முதல் ஓரிரு நாள்களில் சிறிய அளவில் தான் கொலஸ்ட்ரம் உற்பத்தி ஆகும். மேலும், பால் அதிகம்

சுரக்கவில்லையே என்ற கவலையும் வேண்டாம். ஏனெனில், குழந்தைக்கு நிறைய பால் தேவைப்படாது. மூன்று நாள் களுக்குப் பிறகு அதிக அளவில் பால் சுரக்கும். அப்போது, சீரான இடைவெளியில் குழந்தைக்கு அடிக்கடி பால் கொடுப் பது மிகவும் அவசியம். அடிக்கடி பால் கொடுப்பதும், சரியான நிலையில் (Position) பால் கொடுப்பதும், பால் சுரப்பதை அதிகப்படுத்தும்.

குழந்தைக்குப் பாலூட்டும் முறை

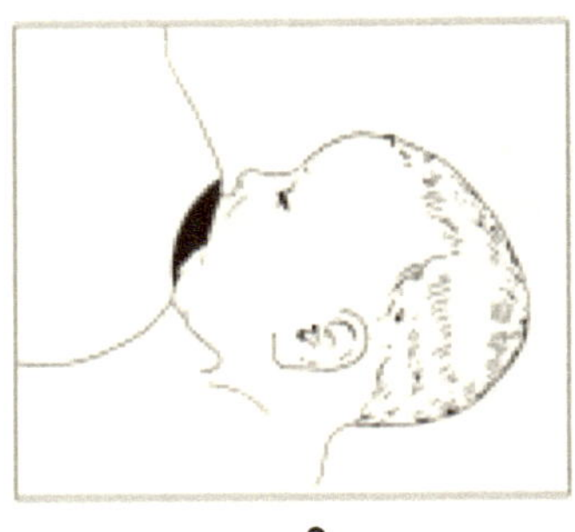
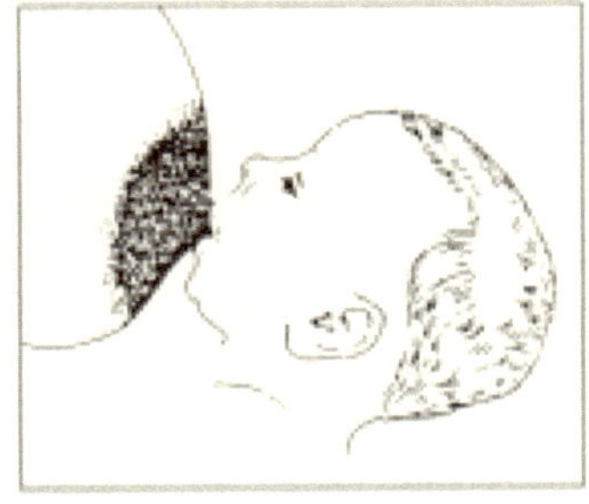

<table>
<tr><td align="center">சரி</td><td align="center">தவறு</td></tr>
</table>

குழந்தைக்குப் பால் கொடுக்கும்போது, காம்பை மட்டும் குழந்தை உறிஞ்சினால் காம்பில் புண் ஏற்படுவதுடன், குழந்தைக்குத் தேவையான பாலும் கிடைக்காது.

பால் குடிக்கும்போது, குழந்தையின் உடல் எந்தக் கோணத் தில் இருக்கிறது என்பதைப் பார்க்க வேண்டும். தலையும் உடலும் நேர்க்கோட்டில் இருக்க வேண்டும். மார்புக்கு அருகில் முகவாய்க்கட்டை இருக்க வேண்டும்.

மார்புக் காம்பில் ஏற்பட்ட புண்ணுக்கு மருந்து எதுவும் தடவக் கூடாது. தாய்ப்பாலைத் தடவினாலே போதும். சில நாள்களில் புண் ஆறிவிடும். குழந்தைக்குப் பால் கொடுப் பதற்கு முன், மார்பைக் கையால் லேசாக அழுத்தி கொஞ்சம் பாலை வெளியேற்றிவிட்டு, குழந்தையை உறிஞ்சவிட்டால், மார்பகம் மிருதுவாகிவிடும்.

சாதாரணமாக, இரண்டு அல்லது மூன்று மணிக்கு ஒருமுறை குழந்தை பசித்து பால் குடிக்கும். ஆனால், மார்பை நன்கு உறிஞ்சாமல், நாள் முழுவதும் மயக்க நிலையில் தூக்கத் திலேயே இருந்தால் டாக்டரைப் போய்ப் பார்க்கவும். பால்

கொடுப்பதால், மார்பகப் புற்றுநோய், கர்ப்பப்பை புற்று நோய் போன்றவை வராமல் தடுக்கப்படும். மேலும், பால் கொடுப்பதால், அதிகப்படியான கொழுப்பு தாயின் உடலில் சேராமல் தடுக்கப்படுகிறது.

சில பேர், குழந்தை அழுதாலே பசிக்குத்தான் அழுகிறது என்று நினைப்பது உண்டு. அது தவறு. சில நேரங்களில் சில குழந்தைகள் முரண்டு பிடித்து அழும். முக்கியமாக மதியம் மற்றும் மாலை நேரங்களில் இப்படி முரண்டு பிடித்து அழ லாம். பசி, களைப்பு, தனிமை, அசௌகரியம், வயிற்று வலி, இடமாற்றம் போன்ற பல காரணங்களால் குழந்தை அழக் கூடும். அப்போது தூக்கி வைத்துக்கொண்டால் குழந்தையின் அழுகை குறையலாம்.

பால் கொடுக்கும்போது ஞாபகத்தில் வைத்துக்கொள்ள வேண்டியவை:

1. குழந்தை பிறந்தவுடனேயே தாய்ப்பால் கொடுக்க வேண்டும்.

2. மார்பில் சுரக்கும் 'கொலஸ்ட்ரம்' என்ற மஞ்சள் திரவத்தைக் கொடுக்கத் தவறக் கூடாது.

3. முதலில் தேன், க்ளுக்கோஸ் போன்றவற்றைக் கண்டிப் பாகக் கொடுக்கக் கூடாது.

4. ஆறு மாதத்துக்குப் பிறகுதான் திட உணவை அறிமுகப் படுத்த வேண்டும்.

5. குறைந்தபட்சம், ஓர் ஆண்டு வரைக்கும் தாய்ப்பால் கொடுக்க வேண்டும்.

அடடா! இவை அவசரக் குழந்தைகள்

பிறந்த குழந்தையின் எடை 2 கிலோ வுக்குக் குறைவாக இருந்தால், அதை ப்ரி மெச்சூர் (Premature) குழந்தை என்று சொல் வார்கள். அதாவது, குறிக்கப்பட்ட பிரசவ நாளுக்கு பல நாள்கள் முன்னே பிறந்த குழந்தை என்று சொல்லலாம். இப்படிப் பிறந்த குழந்தைகள் மீது தனிக் கவனம் செலுத்த வேண்டும்.

பொதுவாக, குழந்தை பிறந்தவுடனேயே அதைத் தாய்க்கு அருகே விட வேண்டும். ஆனால், ஆக்ஸிஜன் குறைவு, மூச்சுத் திண றல், மஞ்சள் காமாலை, நோய்த்தொற்று போன்ற அறிகுறிகள் குழந்தைக்கு இருந் தால், குழந்தையை டாக்டர் தன் பொறுப் பில் வைத்துக் கண்காணிப்பார்.

இரண்டரை கிலோவுக்குக் குறைவாக இருக்கும் குழந்தையை, 'எடை குறைந்த குழந்தை' என்று சொல்வார்கள். கருத்தரித்த

19

37 வாரங்களுக்கு முன் பிறந்தாலோ அல்லது கர்ப்பப்பையில் வளரும்போதே போதுமான வளர்ச்சி இல்லாமல் இருந் தாலோ இப்படி எடை குறைந்த குழந்தை பிறக்கும்.

எடை குறைந்த எல்லா குழந்தைகளுக்கும் சிறப்புக் கவனம் செலுத்தவேண்டிய அவசியம் இல்லை. 1.8 கிலோ எடை யுள்ள குழந்தைக்கு வேறு எந்தப் பாதிப்பும் இல்லை என் றால், அக்குழந்தை தாயுடனேயே இருக்க முடியும். ஆனால், அனுபவம் உள்ள 'ஆயாக்கள்' உதவி தேவைப்படும். அதே நேரத்தில் 1.8 கிலோவுக்கும் குறைவாக உள்ள குழந்தைகள், சிறப்பு வசதிகள் உள்ள பிரிவுக்குக் கொண்டு சென்று கண் காணிக்க வேண்டும்.

பிரசவத்துக்கு முன்பே, எடை குறைவு, போதுமான வளர்ச்சி இல்லை என்பது போன்ற குறைகளைத் தெரிந்துகொள்ள முடியும். அதனால், இதுபோன்ற குழந்தைகள் பிறந்தால் அவற்றைப் பராமரிக்க, தனிக் கவனம் செலுத்த போதுமான வசதிகள் உள்ள மருத்துவமனைகள் எங்கு இருக்கின்றன என்பதைத் தெரிந்துகொண்டு அங்கு பிரசவத்தை வைத்துக் கொண்டால் நல்லது.

குறிப்பிட்ட நாளுக்கு பல நாள்களுக்கு முன்பே ஒரு குழந்தை பிறக்கும்போது, அதன் உடல் உறுப்புகளில் போதுமான முதிர்ச்சி இருக்காது. பிரசவத்தின்போது சுவாசிப்பதில் பிரச்னை வரலாம். இத்தகைய குழந்தைக்கு, வெளியில் இருந்து ஆக்ஸிஜன் உதவி தேவைப்படும். குழந்தையின் உடல் வெப்பநிலையைச் சமச்சீராக வைப்பதில் கவனம் செலுத்த வேண்டும். அதற்கு இன்குபேட்டர் என்ற சாதனம் அவசியம் தேவைப்படும். இந்தக் குழந்தையால் பால் உறிஞ்சிக் குடிப்பது கஷ்டம். அதனால், நரம்பு வழியாக திரவ உணவு செலுத்தப்படும். எளிதில் நோய்த்தொற்றுக்கு ஆளாக லாம். இதய நோய் தாக்கலாம். மேலும், பிறவிக் குறைபாடு, குரோமோசோம்களின் அசாதாரணத் தன்மை, மஞ்சள் காமாலை போன்றவை தாக்கக் கூடும்.

இந்தக் குழந்தை பிறந்தவுடன், தாயின் மார்பை உறிஞ்சி பால் குடிக்க ஊக்குவிக்க வேண்டும். சாதாரணமாக, 1.8 கிலோவுக்கு மேல் உள்ள குழந்தைகள் தானாகவே உறிஞ்சிக் குடிக்கும். 1.8 கிலோவுக்குக் கீழ் எடையுள்ள

குழந்தைகளுக்கு, தாய்ப்பாலை வெளியே எடுத்து ஸ்பூன் மூலம் கொடுக்கலாம்.

1.25 கிலோவுக்குக் குறைவான எடையுடன் பிறந்த குழந்தை களுக்குப் தாய்ப்பால் மட்டும் போதாது. புரதச்சத்து, தாதுக் கள், வைட்டமின் போன்றவை சமச்சீராகக் கிடைக்க தாய்ப் பாலுடன் வேறு சில பொருள்களும் சேர்க்கப்பட்ட உணவு தேவைப்படும். இதுபோன்ற உணவு, இப்போது மருந்துக் கடைகளிலும், பெரிய டிபார்ட்மெண்டல் கடைகளிலும் கிடைக்கிறது.

நோய் எதிர்ப்புச் சக்தி என்பது, கர்ப்பப்பையில் இருக்கும் போது 8-வது மாதத்தில் இருந்துதான் அதிகம் கிடைக்கும். அப்படி இருக்கும்போது, பிரசவ நாளுக்கு முன்பே பிறந்து விட்ட குழந்தைகளுக்கு நோய் எதிர்ப்புச் சக்தி குறைவாக இருக்கும். அதனால், இத்தகைய குழந்தைகள் எளிதில் நோய்த்தொற்றுக்கு ஆளாவார்கள். அதனால், குழந்தையைப் பார்க்க வருபவர்களை குழந்தையிடம் நெருங்க விடாமல் இருப்பது நல்லது. தாயைத் தவிர, வேறு யாரும் குழந்தையைத் தொட்டுத் தூக்க முயற்சிக்க வேண்டாம்.

குழந்தையின் உடல் வெப்பநிலை சீராகும் வரையும், கொடுக் கும் உணவைச் சாப்பிடுவதில் பிரச்னை ஏதும் இல்லாத வரையிலும், நோய்த்தொற்றுகளின் தாக்கம் அதிகம் இல்லாத நிலையிலும், தாயும் குழந்தையும் மருத்துவமனையில் இருந்து வீட்டுக்குச் செல்லலாம்.

பிரசவ நாளுக்கு முன்பே பிறந்துவிட்ட குழந்தைகளுக்கு, பிறந்த மூன்று முதல் ஏழு நாள்களில், அல்ட்ராசோனோ கிராஃபி என்ற கருவி மூலம் மூளையின் நரம்பு மண்டலத்தை ஸ்கேன் செய்ய வேண்டும். அதில் ஏதாவது அசாதாரணத் தன்மை தெரியவந்தால், தொடர் கண்காணிப்பு மிகவும் அவ சியம். மேலும், ஆக்ஸிஜன் பற்றாக்குறையால் மூச்சுத் திண ரல் ஏற்பட்டால், குழந்தையின் கண் பார்வை பாதிக்கப் படலாம். அதனால் மூன்று அல்லது நான்காவது வாரங்களில் கண்களைப் பரிசோதிக்க வேண்டும். அதேபோல், சில நரம்பு கள் பாதிக்கப்பட்டிருந்தால், கேட்கும் திறனும் பாதிக்கப் படும். அதனால், அவற்றையும் பரிசோதிக்க வேண்டும்.

பொதுவாக, இத்தகைய குழந்தைகளை வீட்டுக்கு அழைத்து வந்த பிறகு, முதல் இரண்டு வாரங்களுக்கு வாரம் ஒரு முறையும், பிறகு 15 நாள்களுக்கு ஒரு முறையும், பிறகு மாதம் ஒரு முறையும் டாக்டர் சொல்லும்வரை மருத்துவ மனைக்கோ அல்லது டாக்டரின் கிளினிக்குக்கோ கொண்டு வந்து பரிசோதனை செய்துகொள்ள வேண்டும்.

வளர்ச்சியின் ஒவ்வொரு காலகட்டத்திலும், குழந்தை அடைந்திருக்க வேண்டிய வளர்ச்சி பற்றிய ஒரு பட்டியல் இருக்கிறது. மைல்ஸ்டோன் எனப்படும் வளர்ச்சி மைல் கற்கள் பட்டியல்படி, குழந்தையின் உடல் வளர்ச்சியும், மன வளர்ச்சியும், அதன் செயல்பாடும் எப்படி இருக்கிறது என்பதை ஒப்பிட்டுப் பார்க்க வேண்டும். இது பற்றி டாக் டரிடம் கேட்டுத் தெரிந்துகொள்ளலாம்.

வளர்ச்சிக் குறைபாடு, பார்வை மற்றும் கேட்டல் குறை பாடுகள் தொடக்க நிலையிலேயே கண்டுபிடிக்கப்பட்டால், அக்குறைபாடுகளைத் தீர்ப்பது எளிதாகும். அதனால், மிகக் குறைந்த எடையோடு பிறந்த குழந்தைகளையும், குறிப்பிட்ட நாளுக்கு முன்பே பிறந்த குழந்தைகளையும், முதல் ஆண்டில் அடிக்கடி டாக்டரிடம் எடுத்துச் சென்று பரிசோதனை செய்துகொள்ள வேண்டும். இது தவிர்க்க முடியாதது.

இவ்வகைக் குழந்தைகளுக்கும், சாதாரண குழந்தைகளுக்குப் போடுவதைப் போலவே தடுப்பூசிகள் போடப்பட வேண்டும்.

அம்மா இங்கே வா வா

கர்ப்பப்பையில் எப்போது குழந்தை வெளியே வந்து விழுந்ததோ அந்த நேரத் தில் இருந்து தன்னைச் சுற்றி இருப்பதைப் பற்றியும் இருப்பவர்களைப் பற்றியும் தன் பார்வையைச் சுழற்றிப் பார்க்கும்.

அப்போது உங்கள் மனத்தில் சந்தேகம் எழும். எதைப் பார்க்க, கேட்க, உணர, புரிந்துகொள்ள இந்தக் குழந்தை முயற்சிக் கிறது. அப்படி முயற்சித்தாலும் அது நடக் குமா? என்று நீங்கள் நினைக்கலாம். ஆனால், அப்போதே அந்தக் குழந்தையை நீங்கள் புரிந்து, உணர்ந்து, கண்காணித்தால் போதும். குழந்தையும் அவற்றைப் புரிந்து கொள்ளலாம் அல்லது செய்கையின் மூலம் உணர்த்தலாம்.

மற்ற எல்லோருடைய பேச்சுக்கும், தாயின் பேச்சுக்கும் குழந்தையால் நிச்சயம் வித்தி யாசத்தை உணர முடியும். ஏனெனில்,

20

கர்ப்பப்பையில் இருந்தபோதே தாயின் குரல் அதற்குப் பழகியிருக்குமே. அதனால், தாயின் குரல்தான் குழந்தைக்கு முதலில் பழக்கமாகிறது.

ஒரு குழந்தை அழவும், தூங்கவும், பால் குடிக்கவும் மட்டும் தான் செய்கிறது என்று நீங்கள் நினைக்கலாம். ஆனால், அது வாசனையை நுகரவும், ஒலிகளைக் கேட்கவும், தாயின் ஸ்பரிசத்தை உணரவும், கண்ணால் காட்சிகளைப் பார்க்கவும் என பல நுணுக்கங்களைக் கற்றுக்கொண்டு வளருகிறது.

பிறந்த குழந்தையால், இருபது முதல் முப்பது செ.மீ. தூரத் தில் உள்ள பொருள்களைத்தான் பார்க்க முடியும். குழந் தையைப் பொறுத்தவரை, அது அருகில் இருந்து பார்க்கும் பொருள் என்றால் அது தாயின் முகம்தான். பால் குடிக்கும் போது தாயின் முகத்தைப் பார்த்து நினைவில் நிறுத்திக் கொள்கிறது.

சில குழந்தைகள், முதல் சில நாள்கள்வரை, வெளிச்சம் பட்டாலே கண்களை மூடிக்கொள்ளும். ஆனால், நாள்கள் செல்லச்செல்ல பழகிக்கொள்ளும். மருத்துவமனையில் இருக்கும்போது, யாராவது சேர் அல்லது ஸ்டுலை இழுக்கும் போது ஏற்படும் சத்தத்தைக் கேட்டு, கையையும் காலையும் ஆட்டும். தாயின் குரல் கேட்டால், குரல் வந்த திசை நோக்கி தலையைத் திருப்பும்.

தாயின் வாசனையையும், தாய்ப்பாலின் மணத்தையும் தெரிந்து கொள்ளும். உதாரணத்துக்கு, சர்க்கரைத் தொட்டு வாயில் வைத்தால் சுவைக்கவும், உப்பை வைத்தால் சுவைத்துவிட்டு முகத்தைத் திருப்பிக்கொள்ளும் அளவுக்கு, அதன் சுவை மற்றும் வாசனை அறியும் சக்தி இருக்கும்.

குழந்தை பசியாக இருக்கும்போது, அதன் கன்னத்தில் விரலை வைத்தால் தலையைத் திருப்பும். வாயைத் திறந்து மார்புக் காம்பு எங்கே என்று தேட முயற்சிக்கும். அதேபோல், விரலைச் சப்பும். இது, கர்ப்பப்பையிலிருந்தே தொடரும் நடவடிக்கை. குழந்தையின் விரல்கள் மிருதுவாக இருந்தாலும், கையில் ஏதாவது கிடைத்தால் இறுக்கமாகப் பிடித்துக் கொள்ளும். குழந்தையின் கால் நுனி சுவரிலோ, மேஜை விளிம்பிலோ படும்போது உந்தித்தள்ள முயற்சிக்கும்.

இப்படி, குழந்தை தன்னையறியாமல் செய்யக் கூடிய நடவடிக்கைகளை சொல்லிக்கொண்டே போகலாம். இதில், சிறுநீர், மலம் கழிப்பதும் அடக்கம். வளர வளர, எல்லாம் கட்டுப்பாட்டுக்குள் வந்துவிடும்.

சரி. திருமணம் ஆகி குழந்தைக்காக ஏங்கி, கருத்தரிக்க திட்ட மிடுவதில் இருந்து, கடைசியில் குழந்தை பிறந்து குழந் தையைப் பராமரிப்பது வரை சொல்லியாகிவிட்டது.

இந்தப் புத்தகம், திருமணம் செய்துகொள்ளப் போகிற வர்களுக்கும், தாயாகப்போவர்களுக்கும், சமீபத்தில் தாயான வர்களுக்கும் ஒரு சிறந்த கையேடாக இருக்கும். அந்த வகையில், மிகவும் எளிதாகவும் புரியும்படியும், பயமுறுத் தாமலும், அடிப்படை விஷயங்கள் அனைத்தும் சொல்லப் பட்டிருக்கின்றன.

படித்துப் பயன்பெறுங்கள்.